ஆதி வள்ளியப்பன்

சூழலியல் இதழாளர்–எழுத்தாளர். காலநிலை மாற்றம் பற்றிய முதல் தமிழ் நூல்களில் ஒன்றான 'கொதிக்குதே கொதிக்குதே', சிட்டுகுருவிகளின் எண்ணிக்கை உண்மையிலேயே சரிந்திருக்கிறதா என விவாதிக்கும் *'சிட்டு: குருவிகளின் வாழ்வும் வீழ்ச்சியும்'* உள்ளிட்ட நூல்களை எழுதியவர்.

எனைத் தேடி வந்த சிற்றுயிர்கள்

பெருநகரில் ஒரு தனி உலகம்

ஆதி வள்ளியப்பன்

எதிர்
வெளியீடு

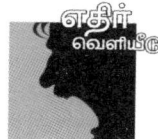

எனைத் தேடி வந்த சிற்றுயிர்கள்
பெருநகரில் ஒரு தனி உலகம்
ஆதி வள்ளியப்பன்

முதல் பதிப்பு: ஜனவரி 2020
எதிர் வெளியீடு,
96, நியூ ஸ்கீம் ரோடு, பொள்ளாச்சி – 642 002
தொலைபேசி: 04259 226012, 99425 11302

விலை: ரூ. 180

முன் அட்டை : முதன்மைப் படம் – பொன் பச்சைப் பூச்சி

மற்ற படங்கள் (மேலிருந்து கீழ்)
மயில் வசீகரன் வண்ணத்துப்பூச்சி, குதிக்கும் சிலந்தி, பூசணி வண்டு, எலுமிச்சை அழகி வண்ணத்துப்பூச்சியின் புழுப் பருவம்

படங்கள்: ஆதி வள்ளியப்பன்

Enaith Thedi Vantha Sitruyirkal
Adhi Valliappan
Copyright© Adhi Valliappan

First Edition: January 2020
Published by
Ethir Veliyeedu, 96, New Scheme Road, Pollachi- 642 002.
email: ethirveliyedu@gmail.com
www.ethirveliyedu.in

Price: ₹ 180

ISBN: 978-93-87333-89-5
Cover Design: Meyyarul
Printed at Jothy Enterprises, Chennai.

All rights reserved. No part of this book may be reprinted or reproduced or utilised in any form or by any electronic, mechanical or other means, now known or hereafter invented, including photocopying and recording, or in any information storage or retrieval system, without permission in writing from the Publisher.

சமர்ப்பணம்

ஒளிப்படக் கலையின் அடிப்படைகளை எனக்குக் கற்றுத் தந்த

என் தந்தை 'வைரம்' ந. குப்பான்செட்டி

மற்றும்

இந்தக் கட்டுரைகளை எழுத எனக்கு உத்வேகமளித்தது சென்னை மந்தைவெளியில் உள்ள வீடு. அந்த வீட்டின் உரிமையாளர் எம்.ராஜேந்திரன் – ஆர். ஜெகதீஸ்வரி தம்பதிக்கு...

நன்றி

காட்டுயிர் ஆராய்ச்சியாளர் ப. ஜெகநாதன்

இதழாளர் சு. அருண்பிரசாத்

பூச்சியியலாளர் வேணா கபூர்

சிற்றுயிர்களையும் கொண்டாடுவோம்!

பூச்சி எனும் ஒரு சொல் பலரிடம் பல்வேறு எதிர்வினைகளை ஏற்படுத்தும். அதில் பெரும்பாலும் முகச்சுளிப்பும், அருவருப்பும், பயமும்தான் இருக்கும். வெகு சிலரிடம் மட்டுமே ஆச்சரியத்தையும் மகிழ்ச்சியையும் எதிர்பார்க்கலாம். ஒரு பூச்சியைக் கண்டவுடன் உடனடியாக நம்மில் பெரும்பாலானவர்கள் செய்யும் முதல் வேலை அவற்றை அடித்துக் கொல்ல முயற்சிப்பதும், அதில் பெரும்பாலான நேரம் வெற்றி காண்பதுமே. வெகு சிலரே பூச்சிகளைக் கண்டதும், அவற்றை உற்றுநோக்குவார்கள் அல்லது படமெடுக்க கேமராவைத் தேடுவார்கள்.

ஆறு கால்கள், கூட்டுக் கண்கள், தலை, மார்பு, வயிறு என மூன்று உடல் பகுதிகள், உணர்நீட்சிகள் ஆகியவற்றைக் கொண்டவை பூச்சிகள் என வகைப்படுத்தப்பட்டுள்ளன. பூச்சிகளின் பன்மை நம்மை வியக்க வைக்கும்: 15 லட்சம் வகையான பூச்சிகள் இருப்பதாக மதிப்பிடப்பட்டுள்ளது.

கண்ணுக்கே தெரியாத 15 மைக்ரோ மீட்டர் (மில்லி மீட்டரைவிடவும் சிறிய அளவீடு) நீளமே உள்ள குளவியில் இருந்து சுமார் 1 அடி நீளமுள்ள குச்சிப்பூச்சிவரை உருவில் சிறிதும் பெரிதுமான பூச்சிகள் இருக்கின்றன. தரையில் ஊர்ந்து (எறும்புகள்), நீரில் நீந்தி (தட்டான்களின் தோற்றுவளரிகள்), வானில் பறந்து (வண்ணத்துப்பூச்சிகள்), மண்ணுக்குள் (சில்வண்டின் இளம் பருவம்) எனப் பல்வேறு வகைகளில் வாழக்கூடியவை பூச்சிகள். இவற்றில் கண்ணைப் பறிக்கும் வண்ணங்களைக் கொண்டவையும் உண்டு, கண்ணுக்கு எளிதில் புலப்படாத உருமறைத்தோற்றம் கொண்டவையும் உண்டு. பகலாடிகளும் உண்டு, இரவாடிப் பூச்சிகளும் உண்டு.

சில பூச்சிகள் இன்னும் வியக்கத்தக்க வகையில் தமது இனத்தை ஒத்த உயிரினங்களின் நிறத்தையும் ஒப்புப்போலித் தோற்றத்தையும் (Mimic) கொண்டிருக்கும். பசலைச் சிறகன் வண்ணத்துப்பூச்சியின் பெண் பூச்சி, வெந்தய வரியன் வண்ணத்துப்பூச்சியின் நிறத்திலும் உருவிலும் ஒத்திருப்பதுபோல. இலைப்பூச்சி பசுமையானதொரு இலையைப் போலவே தோற்றமளிக்கும். நமக்கு 40 லட்சம் ஆண்டுகளுக்கு முன்பே தோன்றியவை பூச்சிகள். பூக்கும் தாவரங்களுடன் ஒருமித்து அவை பரிணமித்தன.

இப்படி வியப்பூட்டும் பண்புகளைக் கொண்ட பூச்சிகளைப் பற்றிய சரியான புரிதல் இன்னும் நம்மிடையே பரவலாகவில்லை - அறிவியல் ஆராய்ச்சிகளாக இருக்கட்டும், அவற்றைப் பற்றிய இயற்கை வரலாற்றுச் செய்திகளாக இருக்கட்டும், ஏன் ஓரிடத்தில் எத்தனை வகையான பூச்சி வகைகள் உள்ளன என்பது குறித்த அடிப்படைத் தரவுகள்கூட முறைப்படி தொகுக்கப்பட்டிருக்கவில்லை. அறிவியல்பூர்வமான புரிதல் இல்லாதது ஒரு பக்கம். அதேநேரம் பூச்சிகளைப் பற்றிய சில அடிப்படைத் தகவல்கள்கூட பலருக்குத் தெரிவதில்லை. எட்டுக்கால் பூச்சி, சிலந்தி, பூரான், தேள், மரவட்டை போன்றவை பூச்சி வகையைச் சேர்ந்தவை அல்ல என்பதை நம்மில் எத்தனை பேர் அறிந்திருப்பார்கள்?

இவையெல்லாம் நம்மைச் சுற்றி இருக்கும் காட்டுயிர்கள். காட்டுயிர் என்றால் காடுகளில் மட்டுமே வசிக்கும் உயிரினம் என்று அர்த்தமல்ல. நாம் வசிக்கும் வீடுகூட பல்லிக்கும் சிலந்திக்கும் உகந்த வாழிடமாக உள்ளது. இயற்கைச் சூழலில், வளர்ப்பு உயிரினங்கள் அல்லாத எல்லா உயிரினங்களுமே காட்டுயிர்கள்தாம். பறவைகள், பாலூட்டிகள், ஊர்வன, நீர்நில வாழ்விகள் போன்ற அனைத்தும், எப்போதுமே அவற்றின் அழகாலும், கண்ணைக் கவரும் வண்ணங்களாலும், விசித்திரமான குணாதிசயங்களாலும், உருவில் பெரிதாக இருப்பதாலும் எளிதில் நம்மைக் கவர்ந்துவிடுகின்றன.

புலி, யானை, பாடும் பறவைகள், கழுகு வகைகள், பாம்புகள் போன்ற வசீகரமான உயிரினங்களுக்குக் கிடைக்கும் கவனம் பல சிற்றுயிர்களுக்குக் கிடைப்பதில்லை. என்றாலும் மேற்சொன்ன உயிரினங்களுக்கு எந்த விதத்திலும் குறையாத எண்ணிலடங்கா சிற்றுயிர்கள், நம்மைச் சுற்றி வாழ்ந்துகொண்டுதான் உள்ளன. மற்ற உயிரினங்களைப் போல் இயற்கைச் சூழலில் அவையும் முக்கியப் பங்காற்றுகின்றன. மகரந்தச்சேர்க்கை முதல் கழிவை மட்கச்செய்வதுவரை பல வகைகளில் புவி இயல்பாக இயங்குவதற்கு அவை பேருதவி புரிகின்றன.

இது போன்ற அதிகம் கண்டுகொள்ளப்படாத சிற்றுயிர்களைப் பற்றிய ஒரு அருமையான நூல் இது. இயற்கையை அவதானிக்க நாம் வெகுதொலைவு செல்ல வேண்டியதில்லை. நாம் வாழும் இடத்தைச் சுற்றி முதலில் பார்க்கத் தொடங்கினாலே போதும். அதைத்தான் இந்த நூலாசிரியர் செய்திருக்கிறார். அவருடைய வீட்டினருகே, அதுவும் நகர்ப் பகுதியில் தென்பட்ட பூச்சிகளையும் சிற்றுயிர்களையும் பதிவுசெய்து, இந்த நூல் வழியாக அவற்றை நமக்கு அறிமுகப்படுத்தியிருக்கிறார்.

பல சிற்றுயிர்களை கவனத்துடன் அவதானித்து, அவற்றை படமும் எடுத்துள்ளார். விலையுயர்ந்த கேமராவோ, மேக்ரோ லென்ஸ் போன்ற துணைக்கருவிகளையோ அவர் பயன்படுத்தவில்லை. இந்த நூலில் இடம்பெற்றுள்ள படங்கள் அனைத்தும் கைபேசி கேமராவில் எடுக்கப்பட்டவையே! சிற்றுயிர்களை சரியாக அடையாளம் காண்பதென்பது சற்றே சவாலான வேலைதான். அதற்காக India biodiversity Portal (https://indiabiodiversity.org/), iNaturalist (https://www.inaturalist.org/) போன்ற மக்கள் அறிவியல் திட்டங்களில் இணைந்து, அவற்றில் பங்களிப்பவர்களின் உதவியுடன் பல உயிரினங்களை அவர் அடையாளம் கண்டுள்ளார். நாம் எடுக்கும் காட்டுயிர் ஒளிப்படங்களை நாமே வைத்துக்கொண்டிருப்பதால் பெரிய பயன் ஏதும் இருக்கப்போவதில்லை. அதற்கு பதிலாக மக்கள் அறிவியல் திட்டங்களுக்கு நம்முடைய படங்கள், தரவுகள் வழியாகப் பங்களிப்பதன் மூலம், பல உயிரினங்களைப் பற்றித் தெரிந்துகொள்வதுடன், அறிவியல் ஆராய்ச்சிக்கும் உதவ முடியும்.

நம் கால்களில் மிதிபடக்கூடிய, விளக்கு வெளிச்சத்தில் வீட்டுக்குள் வந்து வெளியேற முடியாமல் தவிக்கின்ற, நம் கண்களுக்கு அருவருக்கத்தக்கதாகத் தெரிகின்ற, நம்மை பயப்பட வைக்கின்ற, நாம் வெறுத்து ஒதுக்குகின்ற எண்ணிலடங்கா சிற்றுயிர்கள் குறித்த எதிர்மறையான எண்ணங்களை சற்றே ஒதுக்கிவைத்துவிட்டு அவற்றை சற்று உற்றுநோக்கினால், நம் முன் ஓர் புதிய உலகம் விரியும். அதற்கு இந்த நூல் பெரிதும் கைகொடுக்கும்.

திருப்பூர்
27-12-2019

ப. ஜெகநாதன்
காட்டுயிர் ஆராய்ச்சியாளர்

இன்னும் மீதம் இருக்கிறது இயற்கை

பிழைப்புத் தேடி சென்னை மாநகருக்கு வரும் லட்சக்கணக்கானோரில் பெரும்பாலோருக்கு ஒட்டிக்கொள்ள ஏதோ ஒரு வேலை கிடைத்துவிடுகிறது. ஆனால், இத்தனை பேரையும் தாங்கிக்கொள்ளும் சென்னை அப்படியே இருக்க முடிவதில்லை. குறிப்பாக, அதன் இயற்கை வளமும் உயிர்ப் பன்மையும் பெருமளவு சுரண்டப்பட்டுவிட்டன. அதற்குக் காரணம் முறைப்படுத்தப்படாத வளர்ச்சிதான்.

கட்டிடங்களின் குவியல்

கடற்கரையை ஒட்டிய வறண்ட முட்புதர் காடுகளுக்கு மிகச் சிறந்த மையமாக சென்னை மாநகரம் இருந்தது என்று சொன்னால் ஆச்சரியமாகவே இருக்கும். ஆனால், அது உண்மை. நாடு விடுதலை பெற்ற பிறகும்கூட சென்னையின் இயற்கைப் பரப்பு ஓரளவுக்காவது தப்பிப் பிழைத்திருந்தது. 1970-80களில் இயற்கையை அழித்து நிலத்தைக் கபளீகரம் செய்யும் வெறி இங்கே தீவிரமடைந்தது. சென்னை மாநகரமும் அதீதமாகப் பெருத்துவிட்டது. இன்றைக்கு வெப்பத்தை உமிழும் சிமெண்ட் கட்டிடங்களின் குவியலாகக் கிடக்கிறது சென்னை.

இந்தக் கட்டிடக் குவியலுக்கு இடையே இயற்கை எங்காவது தப்பிப் பிழைத்திருக்க முடியுமா? தாவரங்களும், பூச்சிகளும், பறவைகளும், உயிரினங்களும் இயல்பாக இந்த மண்ணில் வேர்விடவோ, உயிர்த்திருக்கவோ தனித்திறமை பெற்றிருக்க வேண்டும். ஆனால், இயற்கை தனக்குக் கிடைக்கும் மிகச் சிறிய வாய்ப்பையும் வீணாக்குவதில்லை. எப்போதுமே ஓரிடத்தை அழகாகவும் உயிர்ப்புள்ளதாகவும் மாற்றிவிடும் இயற்கை, கிடைக்கும் இண்டு இடுக்குகளில் தலைகாட்டவே முயற்சிக்கிறது.

1
பூச்சி பிடிப்பான்

சென்னையின் நெருக்கடியான பகுதியொன்றில் இருக்கும் என் வீட்டைச் சுற்றிலும் தப்பிப் பிழைத்துள்ள தாவரங்கள், பூச்சிகள், பறவைகளை நாள்தோறும் பார்த்து ரசித்துக்கொண்டிருக்கிறேன். ஒவ்வொரு வாரமும் ஏதோவொரு புது உயிர் ஆச்சரியப்படுத்தும். சில நேரம் வழக்கமாகப் பார்க்கக்கூடிய பூச்சியோ பறவையோகூட அரிய காட்சி அனுபவம் ஒன்றைத் தந்து செல்லும். அப்படிப்பட்ட ஒரு காட்சியே இந்தப் படம்.

இந்தப் படத்தில் இருப்பது குதிக்கும் சிலந்தி (Jumping Spider). நாம் சாதாரணமாகப் பார்க்கக்கூடிய சிலந்திதான். குதித்துச் செல்லும் பண்பின் காரணமாக 'குதிக்கும் சிலந்தி' என்று அழைக்கப்படும் இந்தச் சிலந்தி வகை, வலை பின்னுவதில்லை. சிறு பூச்சிகளை உண்டு வாழ்கிறது. இது பூச்சிகளை வேட்டையாடுவதாகப் பதிவு இருக்கிறது. இந்தப் படத்தில் தான் உண்பதற்காக வீட்டுஈ ஒன்றை குதிக்கும் சிலந்தி எடுத்துச் செல்கிறது.

இது போன்ற அரிய காட்சிகளைப் பதிவுசெய்ய விலை உயர்ந்த ஒளிப்படக் கருவிகள் தேவையென்பதில்லை. நம் கையில் உள்ள நவீனக் கைபேசியே போதும். இப்படிப்பட்ட காட்சிகளைப் பார்க்கும்போது பொறுமையும் நிதானமாகப் பதிவுசெய்வதற்கான முயற்சியும் அவசியம்.

நம்மில் பெரும்பாலோருக்கு சிலந்திகளைப் பிடிப்பதில்லை. சட்டென்று நசுக்கிக் கொன்றுவிடுகிறோம். ஆனால், நோய்களை பரப்புவதாக நம்பப்படும் ஈ போன்ற பூச்சிகளை, அவை உணவாகக் கொள்வதை இந்தப் படத்திலிருந்து அறியலாம். சமீபத்திய ஆண்டுகளில் இயற்கையிடமிருந்து நான் கற்ற முக்கியப் பாடம் இது.

2
மின்னும் நெட்டைக்காலன்

நகரத்தில் வாழ்ந்தாலும், பசுமையைப் பார்க்காமல் நம்மால் வாழ முடிவதில்லை. அடுக்ககம், மாடி வீடு என்றாலும்கூட பிடித்த செடிகளை நான்கு தொட்டிகளில் வளர்ப்பது பலருடைய பொழுதுபோக்கு. எங்கள் வீட்டிலும் சில தொட்டிச்செடிகள் உண்டு. ஒரு நாள் மாலையில் அந்தச் செடிகளைக் கடந்து சென்றபோது, சற்றே மாறுபட்ட ஒரு சிறுபூச்சி அங்கே உலாவிக்கொண்டிருந்தது.

மரகதப் பச்சை நிறத்தில் கொசுவைவிட சற்றே பெரிதாகவும், ஈயைவிட சற்றே சிறியதாகவும் அதன் உருவம் இருந்தது. என்ன பூச்சியாக இருக்கும் என்ற ஆர்வம் எனக்கு அதிகரித்தது.

ஆங்கிலத்தில் இவற்றுக்கு Long legged fly என்று பெயர். டோலிகோபோடிடே (Dolichopodidae) குடும்பத்தைச் சேர்ந்த இவை, சாதாரண ஈக்களைவிட நீண்ட கால்களைப் பெற்றிருப்பதால் இந்தப் பெயர். தமிழிலும் அதை அடியொற்றி 'நெட்டைக்கால் ஈ' என்றழைக்கப்படுகிறது.

பச்சை நிறத்தில் பளபளப்பாக இருக்கும் இந்த ஈக்களின் கண்களும் பச்சை நிறம் கொண்டவை. தோட்டங்களில் தாவர இலைகளின் மீது இந்தப் பூச்சி தனியாகப் பறந்துகொண்டிருப்பதைப் பார்க்கலாம். இது தன்னைவிட சிறிய பூச்சிகளை இரையாகக் கொள்கிறது. இரையின் உடலில் இருக்கும் சாற்றை உறிஞ்சி இது வாழ்கிறது.

சிறு வயதில் பொன்வண்டை பிடித்து விளையாடியிருக்கா விட்டாலும், குறைந்தபட்சம் பார்த்தாவது இருப்போம். அந்த வண்டு சட்டென்று நம்மைக் கவர்வதற்கு முக்கியக் காரணம் அதன் மரகதப் பச்சை நிறம். இந்த ஈயும் அதே நிறம்தான்.

3
பூச்சிகளைப் பிடிக்கும் புதைகுழி

குழிநரி (Antlion) என்ற விநோதமான பெயரைக் கொண்ட பூச்சியைப் பற்றிக் கேள்விப்பட்டிருக்கிறேன். அது குழியைப் பறித்து இரையைப் பிடிக்கும் என்பது மட்டும் தெரியும். மற்றபடி, அதன் ஆதியும் அந்தமும் நான் அறிந்திலேன்.

இந்த நிலையில் எங்கள் வீட்டுக் கொடிக்கம்பியில் ஈசலைப் போன்ற, அதேநேரம் நீண்ட இறக்கைகளுடன் ஒரு பூச்சி ஒரு நாள் ஒட்டியிருந்தது. அது சட்டென்று நகர்ந்து பறக்கவில்லை, நீண்ட நேரத்துக்கு கம்பியிலேயே ஓய்வெடுத்துக்கொண்டிருந்தது. அதை ஏதோ ஒரு பூச்சி என்று நானும் விட்டுவிட்டேன். அதுதான் குழிநரிப் பூச்சியின் முதிர்ந்த வடிவம் என்பது பிறகுதான் தெரியவந்தது.

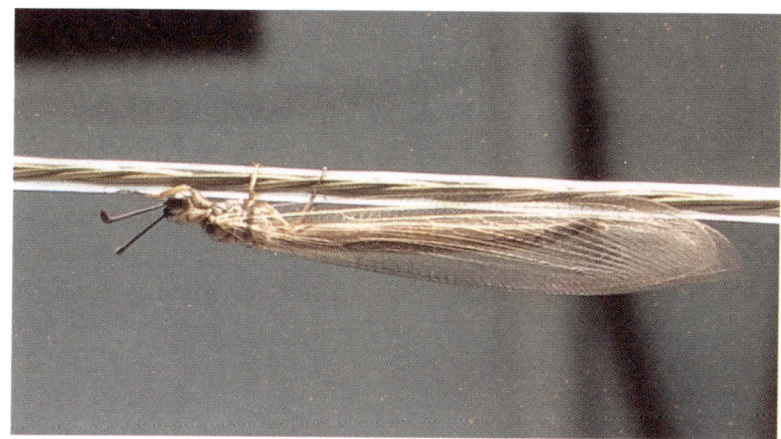

இது குழிநரியின்
தோற்றுவளரிப் பருவம் (மாதிரிப் படம்)

'லார்வா' எனும் தோற்றுவளரிப் பருவமே பொதுவாகக் குழிநரி எனப்படுகிறது. சுறுசுறுப்பாக இருக்கும் இந்த லார்வா, தனியாக வாழும் ஓர் இரைகொல்லிப் பூச்சி. தரையில் ஊர்ந்துவரும் எறும்பு, சிலந்தி போன்ற உயிரினங்களைப் பிடித்து உண்ணும். அவற்றைப் பிடிப்பதற்காக தோட்டங்கள், திறந்தவெளிப் பகுதிகளில், குறிப்பாக மணல் பகுதிகளில் தலைகீழ் கூம்புவடிவத்தில் சரிவான குழிகளை இது உருவாக்குகிறது. இந்தக் குழியின் எந்தப் பாகத்தில் ஒரு பூச்சி கால் வைத்தாலும் சரி, அப்புறம் நேராகக் குழியின் மையப் பகுதிக்குள் விழுந்து குழிநரிக்கு உணவாக வேண்டியதுதான்.

இரட்டை வேடம்

இப்படிக் குழிகளில் எறும்புகளை அதிகமாக விழவைத்து உண்பதால், இந்தப் பூச்சிக்கு Antlion என்கிற ஆங்கிலப் பெயர் வந்தது. இந்த பண்டை காலப் பூச்சி முழுமையற்ற உருமாற்றத்துக்கு (Incomplete Transformation) உட்பட்ட வாழ்க்கைச் சுழற்சியைக் கொண்டது. முழுமையற்ற உருமாற்றம் அடையும் பூச்சிகளில் முட்டையிலிருந்து தோற்றுவளரி (லார்வா) வெளியான உடனேயே, ஒரு வளர்ந்த பூச்சியைப் போன்று தோற்றுவளரி சுயமாக உணவு தேடத் தொடங்கிவிடும். பிறகு வளர்ச்சி நிலைகளை அடையும். வறண்ட, மணற்பாங்கான இடங்களில் பொதுவாகக் காணப்படும்.

நான் பார்த்தது குழிநரிப் பூச்சியின் லார்வா வடிவமல்ல, முதிர்ச்சியடைந்த நிலை. பொதுவாக இரவில்தான் முதிர்ந்த குழிநரிப் பூச்சி வெளியே வரும் என்கிறார்கள். நான் பார்த்தது ஒரு காலை நேரம். ஒல்லியான வயிற்றைச் சுற்றி இரண்டு ஜோடி இறக்கைகள் காணப்பட்டன. பார்ப்பதற்கு ஊசித்தட்டான் போலிருந்தாலும், இறக்கைகள் வழக்கத்தைவிட நீண்டிருந்தன. தலைப் பாகமும் வேறுபட்டிருந்தது. இதற்குள்ள வளைந்த உணர்கொம்புகள், ஊசித்தட்டானுக்குக் கிடையாது.

இந்தப் பூச்சி நம் நாட்டில் பரவலாகக் காணப்படக் கூடியது என்றாலும், வளர்ந்த குழிநரிப் பூச்சிகளைப் பார்ப்பது அரிது என்கிறார்கள். அரிதான பூச்சி ஒன்றை என் வீட்டிலேயே பார்க்கக் கொடுத்துவைத்திருந்தது அரியதொரு அனுபவம்தானே!

4

ரயில்பூச்சி

இங்கே படத்தில் இடம்பெற்றுள்ள மரவட்டையில் என்ன அபூர்வம் இருக்கிறது? இது நம் தோட்டங்களில் மிகச் சாதாரணமாகப் பார்க்கக்கூடிய ரயில்பூச்சிதானே என்ற கேள்வி வரலாம். உண்மைதான். எங்கள் வீட்டு முற்றத்தில் இந்த மரவட்டையைப் பல நாள் பார்த்திருக்கிறேன். அதைப் பற்றி பலரும் கேள்விப்படாத விஷயத்தை கடைசியில் பார்ப்போம்.

கறுப்பாக இருப்பதாலும், வளைந்து செல்லும்போது ரயிலைப் போன்றிருப்பதாலும் தமிழில் இதற்கு ரயில்பூச்சி என்று பெயர் வைக்கப்பட்டுவிட்டது. ஈரமான சுவர்கள், குளியலறை, தண்ணீர் குழாய்கள், தண்ணீர் சொட்டும் பகுதி, பாசி பிடித்த இடம் என ஈரப்பதமான இடங்களில் இது மெதுவாக ஊர்ந்து கொண்டிருப்பதைப் பார்த்திருக்கலாம். பலருக்கும் இந்த மரவட்டையைப் பிடிப்பதில்லை. இது அதிகமுள்ள இடங்களில் மாறுபட்ட மணம் வீசும். அதுவே பலருக்கும் பிடிக்காமல் போவதற்குக் காரணம்.

கறுப்பு உடலின் விளிம்புகளில் மஞ்சள் புள்ளிகளுடன் கூடிய இந்த மரவட்டையின் ஆங்கிலப் பொதுப் பெயர்: Yellow-spotted millipede. அத்துடன் Almond-scented millipede, Cyanide millipede என்றெல்லாம்கூடப் பெயர் உண்டு. பாதுகாப்புக்காக ஹைட்ரஜன் சயனைடு வேதிப்பொருளை வெளியிடக்கூடிய திறன் இந்த அட்டைக்கு இருக்கிறது.

இன்றைக்கு தென்னிந்தியாவெங்கும் இந்த மரவட்டை மிகச் சாதாரணமாகத் தென்படுகிறது. அதேநேரம் வடஅமெரிக்காவின் பசிஃபிக் கடற்கரைப் பகுதியிலிருந்து நம் ஊரில் பரவிவிட்ட இதே போன்ற தோற்றம் கொண்ட மற்றொரு மரவட்டையும் இருக்கிறதாம். இதன் ஊர்ந்து செல்லும் தோற்றம் ரயில்பெட்டிகளைப் போல் இருப்பதால், இதற்கு நம்மூரில் வைக்கப்பட்ட பெயர்தான் எவ்வளவு பொருத்தமானது!

5
ஓடு கழன்ற நத்தை

மழைக்காலம் வந்துவிட்டால் போதும், சாம்பல் நிறத்தில் ஒரு வகை நத்தை எங்கள் வீட்டு வெளிப்பகுதியின் ஈரப்பதமான இடங்களில் ஊர ஆரம்பித்துவிடும். சில நேரம், கதவு இடுக்குகள் வழியாக வீட்டுக்குள்ளும் இவை ஊர்ந்து வந்துவிடும்.

இது ஒரு வகை ஓடற்ற நத்தை. ஆங்கிலத்தில் Tropical Leatherleaf, Black Garden Slug என்று அழைக்கப்படுகிறது. பார்ப்பதற்கு தடித்த இலையைப் போல் இருப்பதால், ஆங்கிலத்தில் அப்படிப் பெயர் வைத்திருக்கிறார்கள்.

தென்னிந்தியா முழுக்கப் பரவலாகத் தென்படக்கூடியது. சுமார் 4-5 செ.மீ. நீளம் கொண்ட இந்த ஓடற்ற நத்தை, ஏதாவது ஆபத்து வந்தால் நீட்டிக்கொள்ளவும் குறுக்கிக்கொள்ளவும் கூடிய நெகிழ்வான உடலைப் பெற்றது. தாவரஉண்ணியான இதைத் தோட்டங்கள், வயல்கள், காலி மனைகளில் பார்க்கலாம். இரவில், அதிகாலை நேரத்தில் ஈரப்பதம் மிகுந்த இடங்களில் சட்டென்று கண்களில் படும்.

ஒரு பகுதியிலோ வீட்டிலோ இது தென்படுகிறது என்றால், சுற்றுச்சூழல் மோசமாகச் சீரழியாமலும், அந்த நத்தைக்கு அதிகத் தொந்தரவு இல்லாமலும் அப்பகுதி இருக்கிறது என்று அர்த்தம். பலரும் இந்த நத்தையை முன்னதாகப் பார்த்திராததால் ஏதோ விநோத உயிரினம் என்றோ, பொதுவாகப் பூச்சிகளின் மீதுள்ள விரோத மனப்பான்மை காரணமாகவோ வெறுக்க ஆரம்பித்துவிடுகிறார்கள்.

ஓடுள்ள நத்தைகளைப் போலவே, இவையும் மனிதர்களுக்கு எந்தத் தீங்கும் செய்யாத சாது. இருட்டில் தெரியாமல் மிதித்துவிடுவதால் இவை இறந்து போவதும் உண்டு.

6

அப்படியென்ன அவசர வேலை?

எங்கள் வீட்டுக்கு வெளியே தரைப் பகுதியில் சிவப்பு நிறப் பூச்சி ஒன்று அதிவேகமாக ஊர்ந்து சென்றுகொண்டிருப்பதை அடிக்கடி பார்க்க முடியும். பெரும்பாலும் கூட்டமாகவும் சில நேரம் தனியாகவும் ஏதோ அவசர வேலையை முடிக்கப் போவதுபோல ஊர்ந்துகொண்டிருக்கும், அந்தப் பூச்சியைப் பார்க்கவே வேடிக்கையாக இருக்கும்.

அவை பருத்திக்கறைப் பூச்சிகள். முதன்மையாகச் சிவப்பு நிறம், முதுகில் எதிரெதிராக இரண்டு கறுப்பு நிற முக்கோண முத்திரைகளுடன் 2 செ.மீ. நீளம் கொண்ட பூச்சி அது. இவற்றில் பெண் பூச்சி உடல் அளவில் பெரிது. ஆண்-பெண் பூச்சிகள் இணைசேர்ந்த நிலையில் நகர்ந்துகொண்டிருப்பதை சாதாரணமாகப் பார்க்கலாம். அதிவேகமாக இனப்பெருக்கம் செய்யக்கூடியது.

நம் நாட்டில் பரவலாகத் தென்படும் இந்தப் பூச்சி, மரம் நிறைந்த பகுதிகள், காட்டின் விளிம்புகள், இலைச்சருகுகள் அருகே அதிகம் தென்படும். அனைத்துண்ணி. சில நேரம் தன்னினத்தையே உண்ணவும் செய்யுமாம்.

இந்த இனப் பூச்சிகளில் சில வகைகள் வேளாண்மையை பாதிக்கக்கூடியவை. இவை பருத்திக் காய்களை உண்பதால், வெடிக்கும் பருத்தியில் மஞ்சள்பழுப்புக் கறை ஏறிவிடும். அதனால்தான் ஆங்கிலத்தில் 'கறை ஏற்படுத்தும் பூச்சி' என்று பொருள்படும் வகையில் இது அழைக்கப்படுகிறது. Dysdercus பேரினத்தைச் சேர்ந்த இந்த இனப் பூச்சி, ஆங்கிலத்தில் Cotton Stainer என்றழைக்கப்படுகிறது.

குதிரைபிடுக்கன் (*Sterculia foetida*) என்றழைக்கப்படும் மரத்தின் கடினமான ஓடுகளைக்கொண்ட காய்கள், விதைகளால் இந்தப் பூச்சி பெரிதும் ஈர்க்கப்படும். எங்கள் வீட்டுக்கு அருகில் இந்த மரம் இருப்பதே, இந்தப் பூச்சிகள் அங்கே பல்கிப் பெருகுவதன் பின்னணியில் உள்ள ரகசியம் என்பது பிறகுதான் எனக்குப் புரிந்தது.

7
கரப்பான்பூச்சியின் தனி அழகு

கறுப்பு வெள்ளைத் தோற்றத்தில் இருக்கும் கரப்பான்பூச்சியை கிண்டி தேசிய பூங்காவின் உள்ளே இருக்கும் காட்டுப் பகுதியில் பார்த்திருக்கிறேன். நகரத்துக்குள் சிறப்பாகப் பராமரிக்கப்படும் ஒரு காட்டுப் பகுதியில் தென்பட்ட இந்தப் பூச்சி, எங்கள் வீட்டிலும் தென்படும் என்று எதிர்பார்த்ததில்லை. ஆனால், ஆச்சரியப்படுத்தும் வகையில், ஒரு அக்டோபர் மாதத்தில் இந்தப் பூச்சி எங்கள் வீட்டிலும் தென்பட்டது.

இது ஆங்கிலத்தில் Domino Cockroach (*Therea petiveriana*) என்றும், ஏழு புள்ளிக் கரப்பான்பூச்சி என்று பொருள்படும் மற்றொரு பெயரிலும் அழைக்கப்படுகிறது.

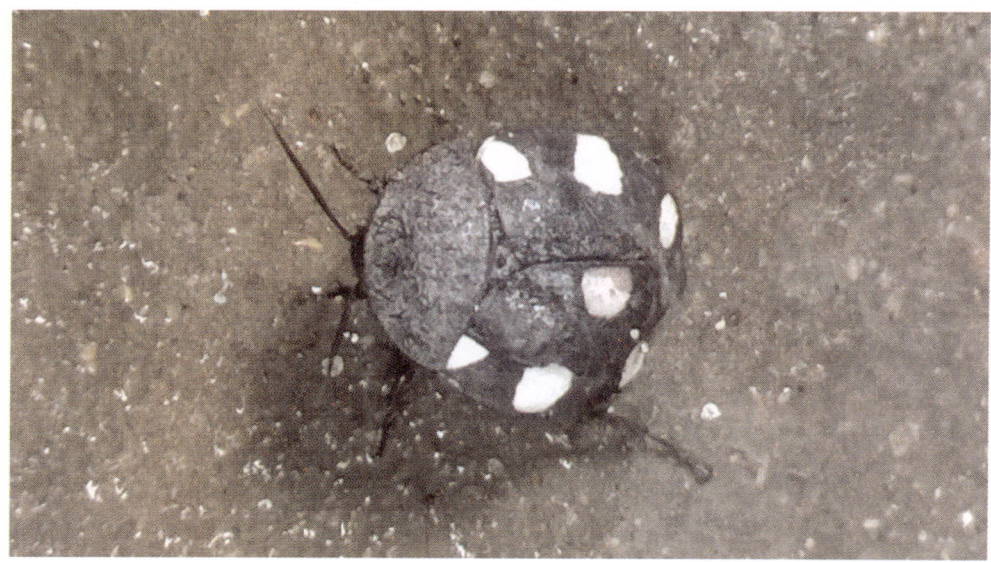

நம் வீடுகளில் சாதாரணமாகத் தென்படும் பழுப்புக் கரப்பான்பூச்சி (Periplaneta americana) ஆப்பிரிக்க, மத்திய தரைக்கடல் பகுதிகளைத் தாயகமாகக் கொண்டது. ஆனால், ஏழு புள்ளிக் கரப்பான்பூச்சியோ தென்னிந்தியாவைத் தாயகமாகக் கொண்டது.

கிட்டத்தட்ட வட்டமான வடிவில் இருக்கும் இந்தச் சிறிய பூச்சி, கறுப்பு நிறம் கொண்டது. இறக்கையின் மேற்புறத்தில் ஏழு வெள்ளைப் புள்ளிகளுடனும் அடிப்பகுதி சிவப்பு நிறத்திலும் இருக்கும். பெண் பூச்சியின் உணர்கொம்பு சற்றே சிறியது. 2.5 செ.மீ. நீளத்துடன் இருக்கும் இந்தக் கரப்பான்பூச்சி பார்க்க அழகானது.

தென்னிந்தியக் காடுகள், தோட்டங்கள், மரங்கள் அடர்ந்த பகுதியில் வாழும் இந்தப் பூச்சி ஓர் அனைத்துண்ணி. குப்பைக்கூளத்தில் கிடைப்பதை உண்ணக்கூடியது.

பகலில் இலைச்சருகு, கடினமற்ற நிலப்பரப்பில் நிலத்துக்குள் அடையும். மண்ணுக்குள் வாழும். அதிகாலை, அந்தி நேரத்திலும் ஈரமான தட்பவெப்பநிலையிலும் பொதுவாக வெளியே தென்படுவதைப் பார்க்கலாம்.

8
பூச்சி வளர்க்கும் எறும்பு

ஒரு முறை சிவகங்கை மாவட்டத்தில் உள்ள தேவகோட்டைக்குச் சென்றிருந்தபோது வீட்டுத் தோட்டச் செடியொன்றில் வெள்ளை மாவைப் போன்ற தோற்றத்தில் சில பூச்சிகள் ஒட்டியிருப்பதைப் பார்த்தேன். அவை மாவுப்பூச்சிகள். ஆங்கிலத்தில் Mealy bugs அல்லது Scale Insects.

அவற்றுடன் சிவப்பு எறும்புகளும் தென்பட்டன. வீட்டுத் தோட்டச் செடிகளில் இதுபோன்ற மாவுப்பூச்சிகளையும், எறும்புகள் அவற்றுக்கு உதவுவதையும் நீங்கள் பார்த்திருக்கலாம். நம் நாட்டில் பரவலாகக் காணப்படும் மாவுப்பூச்சிகள் பல்வேறு அளவுகளில் உள்ளன.

தாவரச் சாறை உறிஞ்சி வாழ்பவை இந்தப் பூச்சிகள். இறக்கையுள்ள ஆண் பூச்சிகள் உண்பதில்லை. அதேநேரம் பெண் பூச்சிகளோ பறக்க முடியாதவை. கால்களைக் கொண்ட சில பெண் பூச்சிகளால் மட்டுமே நடக்க முடியும்.

பெண் மாவுப்பூச்சிகளே தாவரச் சாறை உறிஞ்சி வாழ்கின்றன. தாவரப் பிளவுகள், வேர்கள், பழத்தின் அடிப்பகுதிகளில் இருந்து சாறை எடுக்கின்றன. தாவரங்களோடு ஒட்டியிருக்கும் இவை, சாறை எடுக்கும்போது தங்களைப் பாதுகாத்துக்கொள்ள மாவு போன்ற படலத்தைச் சுரக்கின்றன. அதனால் இவை வாழும் தாவரத் தண்டுகள் மாவு பூசியதுபோல் காணப்படும்.

தாவரங்களில் இருந்து சாறை உறிஞ்சும் மாவுப்பூச்சி, அதை இனிப்பான நீராக மாற்றுகிறது. இதை எறும்புகள் உணவாகக் கொள்கின்றன. அதேநேரம் மாவுப்பூச்சிகளை ஒரு தாவரத்திலிருந்து மற்றொரு தாவரத்துக்கு எறும்புகளே எடுத்துச் சென்று பரப்புகின்றன. நிலத்துக்கு அடியில் உள்ள சுரங்கங்கள் வழியாகவும் எறும்புகள் இப்படிப் பரப்பும் வேலையைச் செய்கின்றன. எதிரி ஒட்டுண்ணிகள், இரைகொல்லிகளிடம் இருந்து மாவுப்பூச்சிகளை எறும்புகள் பாதுகாக்கின்றன. எறும்புகளும் மாவுப்பூச்சிகளும் இப்படி இணக்கமான உறவைப் (symbiotic relationship) பராமரிக்கின்றன. மாவுப்பூச்சிகளுக்கும் எறும்புகளுக்கும் இடையிலான இந்தத் தொடர்பு பன்னெடுங்காலமாக நிலவிவருகிறது.

இதே வகையில் அசுவினிப் பூச்சிகளுக்கும் எறும்புகள் உதவுகின்றன. அசுவினிப் பூச்சிகளும் மாவுப்பூச்சிகளும் வேறுபட்டவை. இவற்றைக் குழப்பிக்கொள்ளக் கூடாது. ஒரு தாவரத்தின் மீது மாவுப்பூச்சிகள் எண்ணிக்கையில் அதிகரிக்கும்போது, தாவரம் இறக்க நேரிடலாம்.

9
தையற்கார எறும்பு

மயிலாப்பூர் நாகேஸ்வரராவ் பூங்காவுக்கு ஒரு முறை சென்றிருந்தபோது சற்றே பெரிய செந்நிற எறும்புகள், ஒரு செடியின் இலைகளை இணைத்து ஒரு பை போலாக்கிக் கூடமைத்திருப்பதைப் பார்க்க முடிந்தது. கூடு அமைக்கப்பட்டிருந்த செடியின் கிளைகளில் எறும்புகள் மேலேறுவதும் கீழிறங்குவதுமாக சுறுசுறுப்பாக வேலை பார்த்துக்கொண்டிருந்தன. அவை தையற்கார எறும்புகள். ஆங்கிலத்தில் Weaver Ant, அறிவியல் பெயர் *Oecophylla smaragdina*.

புவியில் வாழும் பல்வேறு உயிரினங்களைப் போல், இலைகளை இணைத்துக் கூடமைத்துக்கொள்ளும் திறன்பெற்றவை இவை. நாம் நன்கு அறிந்த இலைகளைத் தைக்கும் பறவை தையல் சிட்டு.

ஒரு செ.மீ. நீளம் கொண்ட தையற்கார எறும்பு நம் நாட்டில் பரவலாகத் தென்படக் கூடியது. கட்டெறும்புக்கு இணையான அளவில் சிவப்பும் பழுப்பும் கலந்த நிறமுள்ளவை. கூட்டாக வாழும். இந்த வகையின் ராணி எறும்புகள் பச்சை நிறத்திலும் இறக்கைகளுடனும் இருக்கும். காட்டுப் பகுதிகள், தோட்டங்கள், தோப்புகள், மரம் நிறைந்த பகுதிகள், பூங்காக்களில் மரத்தின் மேற்பகுதிகள், மரக்கவிகைகளிலும்கூட இது வாழும்.

பட்டுப்போன்ற இழை மூலம் இலைகளை இணைத்துக் கூட்டை வடிவமைக்கின்றன. இலைகளை ஒன்றிணைப்பதற்கு எறும்பின் தோற்றுவளரிகள் (Larvae) வெளியிடும் இழைகளைப் பயன்படுத்திக்கொள்ளும். படத்தில் உள்ள கூட்டிலும் அந்த இழைகளைத் தெளிவாகக் காணலாம்.

சமூகப் பூச்சியான இது, கூட்டைப் பாதுகாப்பதில் கவனமாக இருக்கும். எதிரிகள் வந்தால் விரைந்து கடித்துவிடும். கடிக்கும்போது ஃபார்மிக் அமிலம் போன்ற வேதிப்பொருட்களைச் செலுத்தும் என்பதால், கடிபட்ட இடத்தில் எரிச்சலுடன் கூடிய வலி ஏற்படும். இது ஓர் இரைகொல்லியும்கூட.

10
பூச்சிக்கும் உண்டா கொம்பு?

எங்கள் அலுவலகத்தின் முன்புறத்தில் ஓர் ஆல மரம் உண்டு. விழுதுகள் பெரிதும் கிளைக்காத அந்த மரத்தில் சில குறும்விழுதுகள் இருக்கும். அந்த விழுதுகளின் இளம் வேர்களில் சற்றே விநோதத் தோற்றம் கொண்ட இந்தப் பூச்சிகள் ஒட்டிக்கொண்டிருப்பதை ஒரு நாள் பார்க்க முடிந்தது. இதுவரை நான் பார்த்திராத ஏதோ விநோதப் பூச்சி என்று மட்டும் நினைத்துக்கொண்டு, அன்றைக்குக் கடந்துவிட்டேன்.

அவை ஏதாவது பூச்சியின் இளம்உயிரிகளாக இருக்கலாம் என்றும் தோன்றியது. ஏனென்றால், வளர்ச்சியடைந்த பூச்சிகளுக்கும் அவற்றின் தோற்றுவளரி (larvae), புழுப் பருவம் ஆகியவற்றுக்கு இடையே நிறைய வேறுபாடுகள் இருக்கும்.

பின்னர்தான் இவை 'கொம்புப்பூச்சிகள்' என்று தெரியவந்தது. அவை தாவரச் சாறுண்ணிகள். களக் கையேட்டில் குறிப்பிட்டிருந்ததைப் போலவே அன்றைக்கு விழுதில் ஒட்டிக்கொண்டு அவை, சாறை உறிஞ்சிக்கொண்டிருந்திருக்க வேண்டும். முருங்கை உள்ளிட்ட மரங்களில் இந்த வகைப் பூச்சிகள் காணப்படும்.

ஆங்கிலத்தில் பொதுவாக Hoppers என்றழைக்கப்படும் இந்தப் பூச்சி வகைகள், நம் நாட்டில் பரவலாகத் தென்படுகின்றன. நம்ப முடியாத தொலைவுக்குத் தாவக்கூடியதால் இந்தப் பெயராம். Treehopper வகைகளில் சில Thornbug அல்லது CowBug என்றும் அழைக்கப்படுகின்றன. இப்படி அவை அழைக்கப்படுவதற்கான முக்கியக் காரணம், அவற்றின் தலையில் கொம்பு போன்றிருக்கும் அமைப்புதான்.

சில வகைகளின் உணர்கொம்புகள் மாட்டுக்கு உள்ள கொம்புகளைப் போன்ற தோற்றத்திலும், சில வகைகளுக்கு கொம்பு போன்ற பகுதி முள் போலவும் தோன்றுவதால், ஆங்கிலத்தில் இந்தப் பூச்சிகளுக்கு இப்படிப் பெயர் வந்திருக்க வேண்டும்.

தமிழில் கொம்புப்பூச்சி என்று அவை அழைக்கப்படுவதற்கும் இதுவேதான் காரணம். மாடுப்பூச்சி என்றொரு பெயரும் கிராமங்களில் இதற்கு உண்டு. தோற்றத்தில் விநோதமான இந்தப் பூச்சிகளை நேரில் கண்ட அதேநேரம், இவற்றின் மற்றொரு முக்கிய அம்சமான தாவக்கூடிய பண்பைப் பார்க்க எனக்குக் கொடுத்து வைக்கவில்லை.

11
பூசணியைத் தாண்டிப் பெருகிய வண்டுகள்

வடகிழக்குப் பருவமழை 2017ஆம் ஆண்டில் தொடங்குவதற்கு முந்தைய சிறு மழையில், எங்கள் வீட்டின் முன்னால் பரங்கிக் கொடி தானாகவே முளைத்திருந்தது. ஒவ்வொரு நாள் காலையிலும் பிரகாசமான மஞ்சள் நிறத்தில் பரங்கிப் பூக்கள் மலர்ந்து விரிந்து போவோர் வருவோரைக் கவர்ந்திழுத்துக்கொண்டிருந்தன.

அந்த பரங்கிக் கொடி வீட்டின் முன்புறத்தைச் சூழ்ந்து வளர்ந்து, பரவிக்கொண்டே இருந்தது. பரங்கிப் பூக்களைவிட, அந்த பூக்களிலும் இலைகளிலும் எந்நேரமும் குட்டிக் குட்டியாக ஊர்ந்துகொண்டிருந்த செந்நிற வண்டுகள் என் கவனத்தை ஈர்த்தன.

அந்தப் பூசணி வண்டுகள் சிவப்பு நிறத்தில் பார்க்க அழகாக இருந்தன. Red Pumpkin Beetle என்று ஆங்கிலத்திலும் Aulacophora foveicollis என்கிற அறிவியல் பெயராலும் இவை அழைக்கப்படுகின்றன.

பரங்கி தவிர பூசணி, தர்பூசணிக் கொடிகளிலும் இந்தப் பூசணி வண்டைக் காணலாம். பொதுவாக இலைக்கு அடியில் காணப்படும் இவை, பயிரினங்களுக்குத் தொல்லை தரும் பூச்சியாகக் கருதப்படுகின்றன.

சிவப்பு தவிர கத்தரிப்பூ நிறம், சாம்பல் நிறத்திலும் பூசணி வண்டுகள் வருவது உண்டாம். இவற்றின் இளம்பூச்சிகள் வேர், தண்டு, கனிகளை சேதப்படுத்தும் என்று கூறப்படுகிறது. இளம்பூச்சிகள் பிறந்தவுடன் அழுக்கு வெள்ளை நிறத்திலும் சற்று வளர்ந்த பிறகு பாலாடை போன்ற மஞ்சள் நிறத்திலும் இருக்கும். வளர்ந்தவை பூக்களையும் இலைகளையும் உணவாகக் கொள்கின்றன. வயல்களில் அறுவடைக்குப் பிறகு இந்தப் பூச்சிகள் மண்ணுக்குள் நெடுந்தூக்கம் கொள்ளும் எனப்படுகிறது.

எங்கள் வீட்டுக்கு முன் இருந்த பரங்கிக் கொடியில் கடைசிவரை காய் பிடிக்கவேயில்லை. ஆனால், அந்தக் கொடி பிழைத்திருந்தவரை வண்டுகள் குறைந்திருக்கவே இல்லை.

12
ஒல்லித் தலை கூன்வண்டு

எறும்பைப் போன்ற தோற்றத்துடன் பல சிறு பூச்சிகளைப் பார்க்க முடியும். அவற்றை உற்றுநோக்காமல் எறும்புகள் என்றே பல நேரம் கடந்துவிடுவோம். ஆனால், பல பூச்சிகள் இதுபோல் ஒப்புப்போலிப் (Mimic) பண்பைக் கொண்டுள்ளன. இது எதிரிகளைக் குழப்பித் தப்பிப்பதற்கான ஓர் உத்தியாகவும் இருக்கிறது.

ஒரு நாள் எங்கள் வீட்டில் கட்டெறும்பை போன்ற, அதேநேரம் கறுப்பில் சிவப்பு கலந்த நிறத்தில் ஒரு பூச்சி தென்பட்டது. ஆறு கால்கள், உணர்கொம்புகளைக் கொண்டிருந்தாலும்கூட நிச்சயமாக அது கட்டெறும்பு அல்ல என்று தெரிந்தது. குறிப்பாக, அதன் ஒல்லித் தலை முற்றிலும் மாறுபட்டிருந்தது. ஒரு நோட்டுப் புத்தகத்தில் ஒட்டியிருந்த அது, அதன் எல்லா மூலைகளுக்கும் ஊர்ந்துகொண்டிருந்தது.

ஆங்கிலத்தில் Weevil என்றழைக்கப்படும் இந்தப் பூச்சி, தமிழில் கூன்வண்டு எனப்படுகிறது. அரிசியில் இதுபோன்ற கூன்வண்டுகள் தோன்றும் என்று கேள்விப்பட்டிருக்கிறேன். ஆனால், அவை மிகவும் சிறியவை. இந்தக் கூன்வண்டு கட்டெறும்பை ஒத்த உடல் அளவுடன் இருந்தது. விநோதமான இந்தப் பூச்சி பற்றித் தெரியாவிட்டாலும் படமெடுத்து வைத்துக்கொண்டேன்.

மாம்பழ வண்டு

தாவர உண்ணியான இது வண்டினத்தைச் சேர்ந்தது. நாடெங்கும் மிகவும் சிறிய அளவில் இருந்து பெரிய அளவுவரை காணப்படுகின்றன. புல்தரை, வயல்வெளி, புதர்கள், சேமிக்கப்பட்ட தானியம், பழங்கள் போன்றவற்றில் காணப்படும். மாம்பழம், அரிசியின் உள்ளே இருந்தெல்லாம் புறப்பட்டு வருபவை இந்த கூன்வண்டுகளே.

உடல் கீழ்ப்புறமாக வளைந்திருக்கும். நீளமான முன்னுறுப்பு மூலம் தன் சுற்றுப்புறத்தை உணரக்கூடியது. சில கூன்வண்டு வகைகள் பறக்கும் திறன் பெற்றவை. பொதுவாக இந்த வண்டினம் பயிர்களுக்கு சேதம் ஏற்படுத்துவதாகக் கருதப்படுகிறது. நெல், கோதுமை, சோளம், பருத்திப் பயிர்களை இவை தாக்கக்கூடும். அதேநேரம் சில கூன்வண்டுகள் அயல் தாவரங்களை கட்டுப்படுத்தவும் பயன்படுத்தப்படுகின்றன.

அந்தக் கூன்வண்டு எங்கள் வீட்டுக்கு எங்கிருந்து வந்தது என்று தெரியாது. வீட்டின் வெளிப்பகுதியில் அந்தக் கூன்வண்டை விட்ட பிறகு, அது எங்கு சென்றது எனவும் தெரியவில்லை.

13

கூடமைக்க இடம் தேடிவந்த குளவி

எங்கள் வீட்டின் முதல் மாடிவரை வளர்ந்த பிச்சிக்கொடி ஒன்று உண்டு. மிகவும் அடர்த்தியாக வளர்ந்திருக்கும் இந்தக் கொடி பூச்சிகளின் புகலிடம். தேனீக்கள், வண்ணத்துப்பூச்சிகள், குளவிகள், சிறு பறவைகள் என்று இந்தக் கொடியை அண்டி பல சிற்றுயிர்கள் வந்து செல்லும். இவற்றில் மஞ்சள்வரி காகிதக் குளவியும் ஒன்று (ஆங்கிலப் பெயர்: *Thin band Paper Wasp*, அறிவியல் பெயர்: *Ropalidia marginata*).

இந்தக் குளவிகள் பிச்சிக் கொடிக்கு வருவதில் பிரச்சினையில்லை. அந்தக் கொடிகளுக்கு அருகே பெருமளவில் இனப்பெருக்கம் செய்த இவற்றின் இளம்பூச்சிகள், பின்னர் எங்கள் வீட்டு மரக்கதவில் தங்கள் காகிதக் கூட்டை உருவாக்க முயன்றதுதான் சிக்கலாகிப் போனது.

எங்கள் வீட்டின் முன் மரக்கதவைத் திறக்கும்போதெல்லாம் 4-5 குளவிகள் கூட்டின் ஆதார முனையை மரக்கதவில் உருவாக்க முயன்றுகொண்டிருக்கும். எங்களுக்கோ பயம், குளவிகள் கொட்டக்கூடியவையாயிற்றே.

காகிதக் கூடு

இந்தக் குளவிகளுடைய ஆரஞ்சு பழுப்பு நிற வயிற்றின் பின்பகுதியில் மஞ்சள் நிற வரியைப் போன்ற பட்டையைக் கொண்டிருக்கும். 1.5 செ.மீ. நீளம் கொண்ட இது, கூட்டாக வாழும் சமூக உயிரினம். தீபகற்ப இந்தியாவில் காணப்படும் இது புதர்கள், தோட்டங்கள், சுவர்கள், ஜன்னல்கள் ஆகிய பகுதிகளில் பொதுவாகக் காணப்படும்.

இதன் கூடு காகிதத்தைப் போன்ற செதில் இழைகளால் அமைக்கப்பட்டிருக்கும். தேன்கூட்டை ஒத்த அறுகோண வடிவில் அறைகள் இருக்கும். மூடப்படாத இந்தக் கூட்டுக் கூடு ஒன்று அல்லது இரண்டு முனைகளில் ஒட்டியிருக்கும்.

வேட்டையாடி உண்ணக்கூடிய இந்தக் குளவி, தாவரங்களின் இனிப்பான திரவங்களையும் உறிஞ்சும். இந்தக் குளவி வகை மூர்க்கமானது, தூண்டப்பட்டால் கொட்டும். கொட்டினால் வலிக்கும், நஞ்சும்கூட.

தாமதப் புரிதல்!

மஞ்சள்வரி காகிதக் குளவி மற்றொரு வகையான பெரும் பட்டைக் குளவியைப் போலிருக்கும். ஆனால், பெரும் பட்டைக் குளவிக்கு வயிற்றிலுள்ள வரிப் பட்டை அகலமானது.

எங்கள் வீட்டு நெட்டுக்குத்தான மரக்கதவு குளவிக் கூடு அமைக்க சற்றும் பொருத்தமில்லாதது என்பதை, அந்தக் குளவிகள் தாமதமாகத்தான் உணர்ந்துகொண்டன போலும். சிறிது காலத்துக்குப் பிறகு கதவருகே வருவதை அவை நிறுத்திவிட்டன.

14

கும்பிடுபூச்சிகள்

நீளக் கட்டெறும்பு?

ஒவ்வோர் ஆண்டும் அக்டோபர்-நவம்பர் மாதங்களில் வடகிழக்குப் பருவமழை தொடங்குவதை ஒட்டி வேடந்தாங்கல் பறவைகள் சரணாலயம் திறக்கப்படும். சென்னைக்கு அருகில் உள்ளதாலும், அதிகமான பறவை வகைகளை - குறிப்பாக நீர்ப்பறவை வகைகளை - பார்க்க முடியும் என்பதாலும் வாய்ப்பு கிடைத்தால் அங்கே செல்வது வழக்கம்.

அப்படி ஒரு முறை வேடந்தாங்கலுக்கு பறவை நோக்கச் சென்றிருந்தபோது, புளிச்ச கீரைச் செடி ஒன்றில் கட்டெறும்பைப் போன்ற தோற்றத்தில் சற்றே பெரிய ஒரு பூச்சி காணப்பட்டது. அதன் தோற்றம் வித்தியாசமாக இருந்ததை உணர்ந்தேன். இலைக்கு அடியில் இருந்த பூச்சியைப் படமெடுப்பதற்கு வாகாக சற்றே உயர்த்திப் பிடித்தேன். அப்போதுதான் அது கும்பிடு பூச்சி (Praying Mantis) என்று தெரிந்தது.

பொதுவாகப் பச்சை, பழுப்பு ஆகிய நிறங்களில் சுற்றுப்புறத்தில் இருக்கும் தாவரம் அல்லது காய்ந்த சருகுகளுக்கு ஏற்ப உருமறைத் தோற்றத்துடன் கும்பிடு பூச்சி காணப்படும். அதற்கு மாறாகப் படத்தில் இடம்பெற்றுள்ள பூச்சி கறுப்பும் பச்சையும் கலந்த நிறத்தில் இருந்தது. இது கும்பிடு பூச்சியின் இளம்பூச்சி. இளமையாக இருக்கும்போது ஒரு நிறமும், வளர்ந்த பிறகு வேறொரு நிறத்தையும் அடைவது பூச்சிகளில் சாதாரணம்.

இளம்பூச்சிகளுக்குப் பொதுவாக இறக்கை இருக்காது. படத்தில் உள்ள பூச்சிக்கும் இறக்கைகள் இல்லை. அது மட்டுமல்லாமல் பச்சை நிறத்தை முழுமையாகப் பெறாமல், கறுப்பு நிறத்தைக் கொண்டிருப்பதால் பார்ப்பதற்கு சற்றே நீண்ட கட்டெறும்பைப் போன்று இருக்கிறது. எறும்பைப் போன்றே தோற்றம் தரும் பூச்சி வகைகள் வேறு உண்டு என்றாலும், இது முழு வளர்ச்சிநிலையை எட்டாததால் எறும்பைப் போன்ற மேற்புற நிறத்தைக் கொண்டிருக்கிறது.

15
கொடிக்கம்பிப் பூச்சிகள்

படத்தில் இருக்கும் பூச்சியைப் பார்த்தவுடன் பலரும், இது வெட்டுக்கிளி தானே என்று கேட்பார்கள். இல்லை, இது வெட்டுக்கிளி இல்லை.

இதை வெட்டுக்கிளியோடு பலரும் குழப்பிக்கொள்வது வழக்கம். பச்சையாகவும் பார்ப்பதற்கு வெட்டுக்கிளியைப் போன்ற தோற்றத்துடன் இருந்தாலும், இது முற்றிலும் வேறுபட்ட ஒரு பூச்சி - வளர்ந்த கும்பிடு பூச்சி (Praying Mantis).

பறந்து செல்லும் இந்தப் பூச்சியை தோட்டம், புல்வெளி, காட்டுப் பகுதிகளில் பார்க்கலாம். சிறிதிலிருந்து பெரிதுவரை பல்வேறு அளவுகளில் காணப்படுகிறது. நம் நாட்டில் பரவலாகத் தென்படும்.

பச்சை நிற கும்பிடு பூச்சி வகைகள் சட்டென்று பார்ப்பதற்கு இலையைப் போலவே தோற்றமளிக்கும். பதுங்கி வேட்டையாடிப் பூச்சிகளைப் பிடித்துண்ணும் பண்பைக் கொண்டது. முட்கள் போன்ற தூவிகளைக் கொண்ட முன்னங்கால்களை இரையைப் பிடிக்கப் பயன்படுத்துகிறது. உட்கார்ந்தபடியும் பறந்தபடியும் இரையைப் பிடிக்கும் திறன் கொண்டது. முன்னங்கால்களை மடக்கி வைத்திருக்கும்போது கும்பிடுவதுபோல; வணக்கம் சொல்வதுபோல இருப்பதால், இதற்குக் கும்பிடு பூச்சி என்று பெயர். தயிர்கடைப் பூச்சி, பெருமாள் பூச்சி என்று வேறு பெயர்களும் உண்டு.

இரவில் சுறுசுறுப்பாகக் காணப்படும், பகலிலும் தென்படலாம். ஒளியை நோக்கி ஈர்க்கப்படும். எங்கள் வீட்டில் துணி காயப்படும் கம்பி பல பூச்சிகள் ஓய்வெடுக்கும் இடமாகப் பயன்பட்டிருக்கிறது. இந்தப் பூச்சியும் அதுபோல ஒரு நாள் ஓய்வெடுக்க வந்தபோது கொடுத்த காட்சி இது.

16
தட்டான்கள்

மாடியைத் தேடி வரும் தட்டான்

நாங்கள் தற்போது வசிப்பது இரண்டாவது மாடி - தரையிலிருந்து குறைந்தபட்சம் 20 அடி உயரத்துக்கு மேல். ஆனாலும் ஊசித்தட்டான்கள் மாடிக்கு வருகின்றன.

நீர்நிலைகளில் ஊசித்தட்டான்கள் முட்டையிடும் என்று கேள்விப்பட்டிருக்கிறேன். எங்கள் மாடி வீட்டிலோ நீல நிறக் கதவுகள், நீல நிறச் சுவர்கள் உண்டே தவிர, ஊசித்தட்டான் முட்டையிடுவது போன்ற பகுதிகள் எதுவுமில்லை. அதற்கான இரை அங்கே கிடைக்கிறதா என்பதும் புரியவில்லை.

தினசரி இரண்டிலிருந்து ஐந்தாறு ஊசித்தட்டான்கள் எங்களைப் பார்க்க மாடிக்குப் பறந்து வந்துவிடுகின்றன, குறிப்பாக மழைக்காலத்தில். அப்படிப் பறந்துவருவது குட்டி ஊசித்தட்டான் வகை என்று தெரிந்துகொண்டேன். ஆங்கிலத்தில் Pygmy Dartlet, அறிவியல் பெயர் *Agriocnemis pygmaea*. அக்டோபர் முதல் ஜனவரிவரையிலான காலத்தில் பார்க்கக்கூடிய இந்த ஊசித்தட்டான் இந்தியா, கீழ்த்திசை நாடுகள், ஆஸ்திரேலியா, பசிஃபிக் தீவுகளில் பரவலாகக் காணப்படுகிறது.

பச்சையும் கறுப்பும் கலந்த உடல் நிறத்தைக் கொண்டது இந்த ஊசித்தட்டான். அதன் உடல் கண்டங்களின் கடைசிப் பகுதி செங்கல் நிறத்தில் காணப்படும். பெண் ஊசித்தட்டான்களின் உடலும் சிவப்பு நிறத்தில் இருக்கலாம். 16-18 மி.மீ. (2 செ.மீ.க்குள்) நீளம் கொண்டது.

சதுப்புநிலம், வயல், குளம், கடலோரம் ஆகிய பகுதிகளில் அதிகம் தென்படும். தரையை ஒட்டிக் கூட்டமாகப் பறந்து திரியும். வேகமாக அங்குமிங்கும் பறந்து, சிறு பூச்சிகளை வேட்டையாடி உண்ணும்.

புயல் காற்று வீசும் நேரத்தில் விளக்கு வெளிச்சத்தால் ஈர்க்கப்பட்டு வீடுகளுக்கு உள்ளேயும் செல்லுமாம். ஆனால், எங்கள் வீட்டுக்கோ நாள்தோறும் வந்துசெல்லும் சிறப்பு விருந்தினராக இந்த ஊசித்தட்டான் இருக்கிறது.

17

சாக்கடையானால் என்ன?

நீர் சாகச விளையாட்டை பார்ப்பதற்காக தென்சென்னையில் சித்தாலப்பாக்கம் - பொன்மார் அருகேயுள்ள நீர்நிலை ஒன்றுக்கு ஒரு விடுமுறை நாளில் சென்றிருந்தேன். அங்கே நீர் சாகச விளையாட்டுகளுடன், என்னைக் கவர்ந்தவை தட்டான்கள்.

செம்பழுப்பு நிற இறக்கையைக் கொண்ட தட்டான் ஒன்று நீர்நிலைக்கு மேலே இருந்த காய்ந்த குச்சியில் வந்து அமர்வதும், பிறகு மேலெழுந்து ஒரு சுற்று பறப்பதுமாக இருந்தது. இந்த வகைத் தட்டான், தேன் தட்டான் என்று தமிழில் அழைக்கப்படுகிறது. மாசுபட்ட பகுதிகளில் பொதுவாதத் தென்படுவதால் ஆங்கிலத்தில் இதற்கு *Ditch Jewel* (அறிவியல் பெயர்: *Brachythemis contaminata*) என்று பெயர் வைத்துவிட்டார்கள்.

சில பறவைகளைப் போலவே தட்டான்களிலும் ஒரே இனத்தின் ஆணும் பெண்ணும் வேறு வேறு நிறங்களில் காணப்படலாம். அவற்றை கவனமாகக் கூர்ந்து நோக்க வேண்டும். இந்த வகையின் ஆண் செம்பழுப்பு நிறத்திலும் பெண் தட்டான் பசும்பழுப்பு நிறத்திலும் காணப்படும். ஆணுடைய இறக்கைகள் நிறத்துடனும், பெண்ணுடைய இறக்கைகள் நிறமற்றும் இருக்கும். இதுதான் இந்த இனத்தின் ஆண், பெண்ணுக்கு இடையே உள்ள முக்கிய வேறுபாடு.

ஆணுக்கு இறக்கையில் தேன் நிறத் திட்டுகள் தென்படுவதால் தமிழில் இதற்கு தேன் தட்டான் என்று பெயர் வைத்தார்கள் போலிருக்கிறது. நான் பார்த்தது ஆண் தட்டான்.

அதிகபட்சம் 2 செ.மீ. நீளமுள்ள இதன் பின்பக்கத்தில், வால்போல் நீண்டிருப்பதே இதன் வயிறு. தாழ்வாகப் பறக்கக்கூடிய இந்தத் தட்டான் வகை, சில நீர்நிலைகளுக்கு அருகே கூட்டமாகக் கூடவும் செய்யுமாம். நம் நாட்டிலும், கீழ்த்திசை நாடுகளிலும் பரவலாகக் காணப்படுகிறது. ஆண்டு முழுவதும் இதைக் காணலாம்.

நீர்த் தாவரங்கள், நீர்நிலையை ஒட்டியுள்ள குச்சிகள் போன்றவற்றில் அமர்ந்து ஓய்வெடுக்கும். பொதுவாக நீர்நிலைகளுக்கு அருகேயும், மாசுபட்ட நீர்நிலைகள், சாக்கடைகளிலும்கூட இதைப் பார்க்கலாம் என்கின்றன களக் கையேடுகள். நான் சென்றிருந்த நீர்நிலை மாசுபட்டிருக்கவில்லை. அதேநேரம், அந்தத் தேன் தட்டானோ அந்த இடத்தை மேலும் அழகாக்கியது.

18

எதைத் தேடி வருகிறது?

எங்கள் மாடி வீட்டுக்கு ஊசித்தட்டான்கள் தொடர்ச்சியாக வந்துசெல்கின்றன. இப்படி வழக்கமாக வந்து செல்வது குட்டி ஊசித்தட்டான் *(Pygmy Dartlet)*.

பச்சையும் கறுப்பும் கலந்த நிறத்தைக் கொண்ட இந்தத் தட்டானின் வால் செங்கல் நிறத்தில் இருக்கும். ஆனால், ஒரு முறை வந்திருந்த ஊசித்தட்டான் முன்பு பார்த்தவற்றிலிருந்து வேறுபட்ட நிறத்தில் இருந்தது. இந்த ஊசித்தட்டானின் வயிற்றுப் பகுதி பளிச்சென்ற மஞ்சள் நிறத்திலும் வால் போன்ற கடைசிக் கண்டம் நீல நிறத்திலும் இருந்தது.

புதிதாகப் பார்த்தது தங்க ஊசித்தட்டான். ஆங்கிலத்தில் *Golden dartlet*, அறிவியல் பெயர் *Ischnura rubilio*. இந்த ஊசித்தட்டான் வகையில் ஆணும் பெண்ணும் ஒரே நிறத்தில் இருக்காது. பெண் தட்டான் ஆணைவிட மங்கலான நிறத்திலேயே இருக்கும். அத்துடன் பெண் தட்டானுடைய உடலின் கடைசி கண்டத்தில் நீல நிறம் தென்படாது. பறவைகளிலும் பூச்சிகளிலும் சில வகைகளில் ஆண்-பெண் மாறுபட்ட நிறத்திலிருக்கும். அவை தனி வகையென்று குழப்பிக்கொள்ளக் கூடாது.

நீர்நிலைகளுக்கு அருகிலும் திறந்த நிலப்பகுதிகளில் வளர்ந்திருக்கும் தாவரங்களின் மீதும் உலாவும் இந்தத் தட்டான், 2.5 செ.மீ. நீளம் கொண்டது.

பொதுவாகத் தரையோடு பறக்கும் இயல்பைக் கொண்டது தங்க ஊசித்தட்டான். குளம், ஏரி, வயல்வெளி, புல்வெளி ஆகிய பகுதிகளில் பொதுவாகக் காணப்படுமாம். இது எதுவும் எங்கள் மாடி வீட்டில் இல்லை. எங்கள் வீட்டின் பின்புறம் உள்ள கடல்நீல நிறக் கதவில் தொற்றிக்கொண்டு தட்டான்கள் ஓய்வெடுக்கும். இப்படி எங்களைத் தேடி தட்டான்கள் மாடிக்கு வருவது, எங்களுக்கு ரொம்பவே பிடித்திருக்கிறது என்பதைத் தனியாகச் சொல்லவும் வேண்டுமா?

19
சிலந்திகள்

தலையைத் திருப்பும் சிலந்தி

பொதுவாக இரைக்கொல்லிகள் என்றாலே சிங்கம், புலிதான் நம் மனதில் தோன்றும். பூச்சிகளும் வேட்டையாடுகின்றன. வலை கட்டி இரை தேடாத சிலந்திகள், மறைந்திருந்து வேட்டையாடி இரையைப் பிடிப்பது ஆச்சரியம்தான். நம்மைச் சுற்றியிருக்கும் தாவரங்களில் இந்தச் சிலந்திகளைப் பார்க்கலாம். சற்றே உன்னிப்பாக கவனித்தால் இவற்றை அறிய முடியும்.

இந்தப் படத்தில் உள்ள சிலந்தி வகையெல்லாம் என் வீட்டில் இருக்கும் என்று கற்பனை செய்ததே இல்லை. சென்னையில் 2016இல் வீசிய வார்தா அதிவேகப் புயலில் எங்கள் வீட்டின் முன்புறம் குடைபோல் விரிந்திருந்த மஞ்சள் வாகை (Copper Pod) மரத்தை இழந்துவிட்டோம். அதற்குச் சில ஆண்டுகளுக்கு முன்னால் மர இலைத்தொகுதியின் பின்புறம் இந்தச் சிலந்தி உருமறைந்து இருப்பதை ஒருநாள் கண்டறிந்தேன்.

நம் நாட்டில் பரவலாகத் தென்படும் இந்தச் சிலந்தியின் கால்களில் முட்களைப் போன்ற சிறு தூவிகள் நீட்டிக்கொண்டிருக்கும். அதனால் இதன் பெயர் முட்கால் சிலந்தி. படத்தில் இருப்பது முட்கால் சிலந்திகளில் White lynx (Oxyopes shweta) வகை. இதைப்போன்ற பல சிலந்தி வகைகள் இருக்கின்றன.

இது புல்வெளி, புதர், செடிகளில் மறைந்திருந்து இரையை தாக்கிப் பிடிக்கிறது. தாவரங்களில் மறைந்திருந்து மலர்களில் தேனெடுக்க வரும் பூச்சிகளைப் பிடிப்பது இதன் வழக்கம். தட்டானைப் போன்று தன்னைவிட உருவில் பெரிய பூச்சிகளையும் இந்தச் சிலந்திகள் வேட்டையாடுவது உண்டு.

சிலந்தி தன் கால்களில் இரையைப் பிடித்திருப்பதை முந்தைய படத்தில் பார்க்கலாம்.

20
வலையில் சிக்காத சிலந்தி

சாதாரணமாக வீடுகளில் வலை பின்னி இரையைப் பிடிக்கும் சிலந்திகள் ஒல்லியான கால்களைக் கொண்டவை. வலை பின்னாத சிலந்திகள் சற்றே பருமனாகத் தோற்றமளிக்கும்.

வட்ட வடிவத்தில் சக்கரத்தைப் போன்று சிலந்திகள் பின்னும் வலைகளைத் தோட்டங்கள், வயல்கள், காடுகளில் பார்க்கலாம். நகர்ப்புற, கிராமப்புறத் தோட்டங்கள், வீடுகளில் பரவலாகத் தென்படக் கூடியது.

வலை பின்னாத குதிக்கும் சிலந்திகள், பதுங்கியிருந்து பூச்சியை வேட்டையாடும் சிலந்திகள் போன்றவற்றை எங்கள் வீட்டில் பார்த்திருக்கிறேன். படத்தில் காணப்படுவது எங்கள் வீட்டில் தென்பட்ட பருமனான வலைச் சிலந்தி.

வட்ட வடிவத்தில் வலை பின்னும் *OrbWeaver* சிலந்தி வகை இது. ஒரு செ.மீ. நீளத்துடன் இருக்கும். இதன் வயிற்றில் உள்ள முத்திரைகள் இவற்றை அடையாளம் காணப் பயன்படுகின்றன. ஓய்வெடுக்கும்போது கால்களை உடலுடன் சேர்த்து வைத்துக்கொண்டு உருண்டையாகத் தோற்றமளிக்கும்.

'ஆர்ப்' என்றால் வட்ட வடிவம் என்று அர்த்தம். வலையின் வடிவமே இந்தச் சிலந்தியின் பெயருக்குக் காரணம். இந்த வகைச் சிலந்திகள் பின்னும் வலையில் எல்லா இழைகளுமே ஒட்டக்கூடியவை அல்ல. இரையைப் பிடிக்கும் இழை ஒட்டக்கூடியதாகவும், அதற்கடுத்தபடியாக சிலந்தி நகர்ந்து செல்ல உதவியாக ஒட்டாத இழையும் இருக்கும். எப்போதும் ஒட்டாத இழையிலேயே கால் வைத்து சிலந்தி கவனமாகச் செல்லும்.

பொதுவாக இதுபோன்ற சிலந்திகள் வலைக்கு வெளியிலோ அல்லது வலையின் ஒரு மூலையிலோ மறைந்திருக்கும். இரை அகப்பட்டவுடன் வலையில் ஏற்படும் அதிர்வுகளை உணர்ந்துகொண்டு சிலந்தி நகர்ந்துவந்து, இரையைப் பிடித்துண்ணும்.

21

தலையைத் திருப்பும் சிலந்தி

மயிலாப்பூர் நாகேஸ்வரராவ் பூங்காவில் குழந்தைகள் விளையாடும் பகுதியில் ஒரு நாள் இந்தச் சிலந்தியைப் பார்த்தேன். சட்டென்று பார்ப்பதற்கு முட்கால் சிலந்தியைப் போலிருந்தது. ஆனால், இது வேறுபட்ட சிலந்தி வகை.

களக் கையேடுகளை அலசி ஆராய்ந்தபோது இது ஒருவகை குதிக்கும் சிலந்தி என்று தெரிந்துகொள்ள முடிந்தது. இது சிவப்பு வரிச் சிலந்தி. ஆங்கிலத்தில் Red lined Jumper (Two - striped Jumper), அறிவியல் பெயர்: *Telamonia dimidiata*.

பெண் சிலந்தியின் வயிற்றுப்பகுதி வெள்ளை நிறத்திலும், அதில் இரண்டு சிவப்பு நேர்கோடுகள் தெளிவாகவும் காணப்படும். ஆண் சிலந்தி சற்றே கறுப்பு தோய்ந்து காணப்படும். தலையில் கண்களுக்குக் கீழே வெள்ளைத் திட்டு காணப்படும். முட்கால் சிலந்திகளுக்குக் கால்கள் ஒல்லியாக இருக்கும். இவற்றுக்குக் கால்கள் சற்றே தடிமனாக இருக்கும்.

நம் நாட்டில் பரவலாகத் தென்படக்கூடிய இந்தச் சிலந்தி கிட்டத்தட்ட ஒரு செ.மீ. நீளம் கொண்டது. பெண் சிலந்திகள் சற்று பெரிதாக இருக்கும். திறந்தவெளிக் காடுகள், வயல்கள், தோட்டங்களில் காணப்படும். சுறுசுறுப்பான இந்த வேட்டையாடி, வலை கட்டுவதில்லை. பதுங்கியிருந்து இரையின் மீது பாய்ந்து வேட்டையாடுகிறது.

குதிக்கும் சிலந்திகளுக்கு ஒரு விநோதப் பண்பு உண்டு. எதிரிகளை நேருக்கு நேர் எதிர்கொள்வதற்கு வசதியாக தலையைப் பின்பக்கமாகவும் திருப்பிக்கொள்ளும் தன்மை கொண்டவை இவை. அந்தப் பண்பை இந்தச் சிலந்தி சிறப்பாகவே வெளிப்படுத்தும்.

நான் பார்த்தது பெண் சிலந்தி.

22
தொங்கும் முட்டைப் பைகள்

படத்தில் இருக்கும் சிலந்தியைப் பார்ப்பதற்கு மிகச் சாதாரணமாகத் தோன்றலாம். இது வலை பின்னக்கூடிய சிலந்தி வகையே. கூம்பு வடிவத்தில் வலையைப் பின்னும் இந்தச் சிலந்தியின் வலை பல அடுக்குகளைக் கொண்டது.

இந்தச் சிலந்தி வலையின் மிக முக்கியமான அம்சம், அதில் பத்திரமாகத் தொங்கிக்கொண்டிருக்கும் அதன் எதிர்காலச் சந்ததிகளைத் தாங்கிய முட்டைப் பைகள் (Egg sac). இவை வரிசையாகவும் வலையின் நடுப்பகுதியிலும் அமைந்திருக்கும். இந்த வகைச் சிலந்தி, வலையில் மேலிருந்து கீழாகத் தொங்கக்கூடிய பண்பைக் கொண்டது.

இதற்கு ஆங்கிலத்தில் Common scaffold spider, Tent web Spider ஆகிய பெயர்கள் உண்டு. அறிவியல் பெயர் *Cyrtophora citricola*.

காடுகள், மரம் நிறைந்த பகுதிகள், வேலிப்புதர்கள், நகர்ப்புறங்களில் பரவலாகத் தென்படும். 1.2 செ.மீ. நீளம் கொண்ட இந்தச் சிலந்தி முட்புதர்களிலும் குடியிருப்புப் பகுதிகளின் மூலைகளிலும் கூடமைக்கும். இந்த வகைச் சிலந்திகள் ஒரே இடத்தில் கூட்டமாக வாழும் பண்பைக் கொண்டவை.

அரிதான பண்பைக் கொண்ட இந்தச் சிலந்தியை சென்னை மந்தைவெளியில் உள்ள எங்கள் வீட்டிலேயே ஆச்சரியப்படும் வகையில் ஒரு முறை பார்க்க முடிந்தது.

23
வண்ணத்துப்பூச்சிகள்

வண்ணத்துப்பூச்சிக்கு சிமெண்ட் தரை பிடிக்குமா?

சென்னை மந்தைவெளி ரயில் நிலையத்துக்கு அருகே ஒரு நாள் நடந்து சென்றுகொண்டிருந்தபோது, பழுப்பு நிற வண்ணத்துப்பூச்சி ஒன்று தரையில் நீண்ட நேரம் உட்கார்ந்திருப்பதைப் பார்க்க முடிந்தது. வழக்கமாக வண்ணத்துப்பூச்சிகள் பூக்களிலோ தாவரங்களிலோ உட்கார்வதைப் பார்க்க முடியும். மண் தரையில் உட்காரும் வண்ணத்துப்பூச்சிகள், தாது உப்புகளை உட்கொள்வதற்காக அப்படிச் செய்கின்றன. ஆனால், நான் பார்த்த வண்ணத்துப்பூச்சியோ கான்கிரீட் தரையில் உட்கார்ந்திருந்தது.

அதன் இறக்கைகளில் ஆந்தைக் கண் போன்ற சிறிய முத்திரைகள் காணப்பட்டன. அது இறக்கையை மடித்திருந்த நிலையிலும், விரித்த நிலையிலும் படமெடுத்துக்கொண்டேன். அதன் பெயரையும் பண்புகளையும் நண்பர்கள் உதவியுடனும் களக் கையேடு மூலமாகவும் பின்னர் அறிந்துகொள்ள முடிந்தது.

அதன் பெயர் பழுப்பு வசீகரன், ஆங்கிலத்தில் Lemon Pansy, அறிவியல் பெயர் *Junonia lemonais*. பழுப்பு நிறத்தில் வசீகரமாக இருப்பதால் இந்தப் பெயர். மேல், கீழ் இறக்கைகள் இரண்டிலும் கண்களைப் போன்ற புள்ளிகளைக் கொண்டிருப்பது இவற்றின் தனி அடையாளம். சாதாரணமாக நான்கு புள்ளிகள் தென்படலாம்.

இறக்கையின் அடிப்பகுதியில் கண் போன்ற புள்ளிகள் சில நேரம் இல்லாமலும் இருக்கலாம். இவற்றைத் தவிர அலையலையான பழுப்பு நிற வரிகள் இறக்கைகளில் தென்படும். மயில் வசீகரன், மஞ்சள் வசீகரன் ஆகிய வண்ணத்துப்பூச்சிகள் இதேபோன்ற தோற்றத்தைக்கொண்டிருந்தாலும், அவை தனி வகைகள்.

பழுப்பு வசீகரன் ஆண்டு முழுவதும் காணப்பட்டாலும், மழைக் காலத்திலும் மழைக்குப் பின்னும் அதிகமாகத் தென்படும். மழைக் காலத்தில் இதன் நிறம் பளிச்சென்று இருக்கும். வெயில் காலத்தில் நிறம் மங்கிக் காணப்படும். அப்போது காய்ந்த இலைகளைப் போன்ற உருமறை தோற்றத்தைப் (Camouflage) பெறுவதற்கு இந்த அம்சம் உதவுகிறது.

திறந்தவெளிகள், புல்வெளிகள், தோட்டங்கள், சாலைகளில் பரவலாகக் காணப்படும். தாழ்வாக, சுறுசுறுப்பாகப் பறக்கும். தாழ்வான பகுதிகள் அல்லது தரையில் ஓய்வெடுக்கும்போது இறக்கைகளை விரித்து வைத்து உட்காரும்.

கான்கிரீட் தரையில் அது நீண்ட நேரம் உட்கார்ந்ததற்குக் காரணம் தெரியவில்லை என்று குறிப்பிட்டிருந்தேன். வெயிலில் காய்வதற்காக அது இப்படிச் செய்திருக்கலாம் என்கிறது களக் கையேடு.

24
வசீகரனின் மயில் கண்கள்

மயிலுக்கு நீண்ட தோகை அழகு. வண்ணங்கள் தோய்ந்த அந்தத் தோகைக்குத் தனி அழகு தருவது மையத்தில் இடம்பெற்றுள்ள கண். இதே போன்ற கண்ணை, இறக்கையில் கொண்ட வண்ணத்துப்பூச்சிக்கு 'மயில் வசீகரன்' என்று பெயர்.

ஆங்கிலத்தில் Peacock Pansy, அறிவியல் பெயர் *Junonia almanac*. தமிழில் Pansy வண்ணத்துப்பூச்சிகள் வசீகரன் என்ற பெயரில் அழைக்கப்படுகின்றன.

மயில் வசீகரனின் பிரகாசமான ஆரஞ்சு நிற இறக்கைகளில் கீழ் இறக்கை ஒவ்வொன்றிலும் பெரிய கண்ணைப் போன்ற ஒரு புள்ளி காணப்படும். மேல் இறக்கை ஒவ்வொன்றிலும் தலா இரண்டு புள்ளிகள் காணப்படும். இறக்கையை விரித்து வைத்து ஓய்வெடுக்கும். அதேபோல் இறக்கையை விரித்து சூரிய ஒளியில் வெயில் காயும் பண்பையும் கொண்டது. இப்படி விரித்துவைத்தால் இறக்கைகளின் அகலம் 6/6.5 செ.மீ. நீளத்தில் இருக்கும். தாழ்வாகவும் வேகமாகவும் பறக்கக்கூடியது.

ஆண்டு முழுவதும் இதைப் பார்க்கலாம். காட்டுப்பகுதிகள், திறந்தவெளிகள், தோட்டங்கள், நீர்நிலைப் பகுதிகளிலும், வெயில் படக்கூடிய புல்வெளிகளிலும் காணப்படும். நம் நாட்டில் பரவலாகத் தென்படும் இந்த வண்ணத்துப்பூச்சி இந்தியா மட்டுமின்றி தென்கிழக்கு ஆசியா, சீனா, ஜப்பான்வரை பரவிக் காணப்படுகிறது.

ஆண் வண்ணத்துப்பூச்சிகள் குறிப்பிட்ட வாழிட எல்லையைப் பாதுகாக்கும். இந்த வண்ணத்துப்பூச்சியின் புழுக்கள் கனகாம்பரம், நீர்முள்ளி, பொடுதலை போன்ற தாவரங்களை உணவாகக் கொள்கின்றன.

சுற்றுச்சூழலுக்கு ஏற்ப புறத்தோற்றம் மாறுபடக்கூடிய தன்மை (polyphenism) இந்த வண்ணத்துப்பூச்சிக்கே உரிய தனிச்சிறப்பு. வெயில் காலத்தில் இதன் இறக்கையில் காணப்படும் புள்ளிகள் குறைந்தும், மழைக் காலத்தில் இதன் இறக்கையில் காணப்படும் கண் போன்ற புள்ளிகளும் வரிகளும் கூடுதலாகவும் காணப்படும்.

எங்கள் வீட்டில் வைத்திருந்த தாவரங்களை பார்த்துப் போக மயில் வசீகரன் ஒரு நாள் வந்திருந்தபோது எடுத்த படம் இது. மழைக்காலத்தில் எடுக்கப்பட்ட படம் இது என்பதை, மயில் வசீகரனின் இறக்கையில் அதிகரித்துள்ள புள்ளிகளே காட்டிக்கொடுத்துவிடும்.

25

எலுமிச்சை அழகி

சென்னையில் 2015இல் ஏற்பட்ட வெள்ளத்தை எல்லோரும் அவ்வளவு சீக்கிரம் மறந்திருக்க மாட்டார்கள். எங்கள் குடும்பத்தினருக்கும் அதை மறக்க முடியாமல் செய்தது, வீட்டுக்குள் புகுந்த வெள்ளம். அந்த வெள்ளத்துக்குப் பிறகு இரண்டாவது மாடிக்குக் குடிபெயர்ந்துவிட்டோம்.

எங்கள் கீழ் வீட்டின் முன்புறத்தில் இருந்த தொட்டிகளில் எலுமிச்சைச் செடி ஒன்றும் அடக்கம். குடிபெயர்ந்தபோது எலுமிச்சைச் செடியும் எங்களுடனே மாடி ஏறியது. அந்தச் செடியில் நன்கு பருத்த பச்சைப் புழு ஒன்று, ஊர்ந்துகொண்டிருப்பதை ஒரு நாள் பார்த்தேன். அது மிகவும் அழகாக இருந்தது.

பொதுவாகப் பலருக்கும் புழுக்களைப் பிடிப்பதில்லை. அரிப்பு ஏற்படுத்துவது, நொழுநொழுவென்று இருப்பது என பல்வேறு காரணங்களை அடுக்குவார்கள். எப்படியிருந்தாலும் அந்த வெறுப்புக்கு தர்க்கரீதியான காரணங்கள் இருக்க வாய்ப்பில்லை.

அமெரிக்கச் சிறார் எழுத்தாளர் எரிக் கார்லே எழுதிய உலகப் புகழ்பெற்ற புத்தகம் 'எ வெரி ஹங்க்ரி கேட்டர்பில்லர்'. பொதுவாக வெறுக்கப்படும் புழுக்களில் இருந்து கற்பனை செய்ய முடியாத அற்புதமான வண்ணங்களில் வண்ணத்துப்பூச்சிகள் பிறக்கின்றன என்பதுதான், அந்தக் கதை முன்வைக்கும் எளிய ஆச்சரியம். கதைப்படி பெரும்பசி கொண்ட ஒரு புழு கூட்டுப்புழுவாகி, பின்னர் வண்ணத்துப்பூச்சியாகிறது.

எங்கள் வீட்டில் ஊர்ந்துகொண்டிருந்த பச்சைப் புழு, எலுமிச்சை அழகி எனும் வண்ணத்துப்பூச்சியுடையது. இந்தப் பெயருக்கும், அதன் புழு கூடு வைக்கக்கூடிய, உண்ணக்கூடிய செடிக்கும் நெருக்கமான தொடர்பு உண்டு. இந்த வண்ணத்துப்பூச்சி வகை பொதுவாக எலுமிச்சை, நாரத்தை, சாத்துக்குடி போன்ற 'சிட்ரஸ்' வகைத் தாவரங்களில் முட்டையிட்டு, இலைகளை உண்டு, கூடு வைப்பவை.

அதனால்தான் அவற்றுக்கு எலுமிச்சை அழகி என்ற பெயர் வந்தது. ஆங்கிலத்தில் Lime Butterfly (Papilio demoleus). அதேநேரம், வேறு சில தாவரங்களையும் இந்த வண்ணத்துப்பூச்சிகள் பயன்படுத்தவே செய்கின்றன. வெளிர்மஞ்சள் உடல், கறுப்புப் பட்டைகளைக் கொண்ட இந்த வண்ணத்துப்பூச்சி வேகமாகப் பறக்கக்கூடியது.

நம் நாட்டின் சமவெளிகளில் பரவலாகத் தென்படும் இதை, ஆண்டு முழுவதும் காணலாம். வலசை செல்லும் தன்மை கொண்டது. சரி, கதையின் முடிவுக்கு வருவோம். எங்கள் வீட்டு பச்சைப் புழு வண்ணத்துப்பூச்சியாக உருமாற்றம் அடைந்ததா? இல்லை. அது வளர்ந்து பெரிதாவதற்கு முன்பாகவே ஏதோ ஒரு பறவை அதை இரையாக்கிக்கொண்டுவிட்டது.

26

பால் குடித்த புழு!

வண்ணத்துப்பூச்சிகள், அந்திப்பூச்சிகள் அழகானவை. எல்லோராலும் விரும்பப்படுபவை. அதேநேரம் புழு பருவத்தில் வண்ணத்துப்பூச்சியைப் பலரும் பார்த்திருக்க மாட்டோம். இந்தப் புழுப் பருவம் பலராலும் விரும்பப்படுவதில்லை. அது மேனியில் பட்டால் அரிக்கும், தடிப்பு ஏற்படும் என்ற அச்சமே காரணம். இப்படிப் பலரும் அருவருக்கத்தக்கதாகக் கருதும் புழுவிலிருந்து முழு உருமாற்றம் அடைந்தே அழகான வண்ணத்துப்பூச்சி பிறக்கிறது.

வண்ணத்துப்பூச்சிப் புழுக்கள் தங்களைச் சுற்றியே கூடு கட்டிக்கொள்வதற்குமுன் நிறைய இலைகளைச் சாப்பிடுகின்றன. ஒவ்வொரு வண்ணத்துப்பூச்சியும் தான் விரும்பும் தாவரங்களிலேயே முட்டையிடும். முட்டையிலிருந்து வெளிவரும் புழு, குறிப்பிட்ட தாவரத்தின் இலைகளைச் சாப்பிட்டு முழுமையாக வளர்ச்சி அடைந்த பிறகு, தன்னைச் சுற்றி கூடு அமைத்துக்கொள்ளும். இந்தக் கூட்டுப்புழுவிலிருந்து குறிப்பிட்ட நாள்களுக்குப் பிறகு வண்ணத்துப்பூச்சி வெளிவரும்.

பால் வரும் தாவரங்கள் பல வண்ணத்துப்பூச்சிப் புழுக்களுக்குப் பிடித்தமான உணவு. ஒரு முறை சிவகங்கை மாவட்டம் தேவகோட்டைக்குச் சென்றிருந்தபோது, எருக்கஞ்செடியில் ஏதோ ஒரு புழு வித்தியாசமாக நெளிந்துகொண்டிருந்தது. அது ஏற்கெனவே கடித்து மென்றிருந்த எருக்க இலைகள் தென்பட்டன.

அந்தப் புழு உணர்கொம்புகள், தூவிகளைக் கொண்டிருந்தது. அது எந்த அந்திப்பூச்சி/வண்ணத்துப்பூச்சியின் முதிராத வடிவம் என்பது தெரியவில்லை. அதேநேரம், அது அதிகம் விரும்பும் எருக்கஞ்செடியின் இலையை சாப்பிட்டுக்கொண்டிருந்ததால், நிச்சயமாக அது ஒரு அந்திப்பூச்சி/வண்ணத்துப்பூச்சியின் புழுவாகவே இருக்க வேண்டும் என்ற திருப்தியுடன் அங்கிருந்து புறப்பட்டேன்.

27
வயல் துள்ளி!

ஒரு நாள் அலுவலக வண்டி நிறுத்துமிடத்தில், வண்டியை எடுப்பதற்கு முன்பாக ஓய்வெடுத்துக்கொண்டிருந்த இந்தக் குட்டி வண்ணத்துப்பூச்சியைப் பார்த்தேன். பொதுவாக இயற்கைக்கு மாறான பின்னணியில் இருக்கும் உயிரினங்களின் படங்கள், செயற்கையானது போன்ற பிம்பத்தை ஏற்படுத்தக்கூடும். அதேநேரம், இந்தக் குட்டி வண்ணத்துப்பூச்சி வாகனங்களில் எதைத் தேடி வந்தது என்று தெரியவில்லை. அதன் அழகான தரிசனம் எனக்கு அன்றைக்குக் கிடைத்தது.

சிறிய வகை வண்ணத்துப்பூச்சிகள் ஆங்கிலத்தில் Skippers வகையின் கீழும் தமிழில் தாவிகள், துள்ளிகள் வகையின் கீழும் பகுக்கப்பட்டுள்ளன. இது Small Branded Swift, அறிவியல் பெயர் Pelopidas mathias. தமிழில் வயல் துள்ளி!

அதிவேகமாகப் பறக்கக்கூடியது என்பதால் ஆங்கிலத்தில் Swift என்ற பெயர். இதன் தோற்றுவளரி (larvae) நெற்பயிர், கரும்பு போன்ற புல் வகைத் தாவரங்களின் தோகையை அரித்து உண்ணக்கூடியது. அதன் காரணமாகத்தான் தமிழில் 'வயல் துள்ளி' என அழைக்கப்படுகிறது.

பொதுவாகப் பழுப்பு நிறத்திலும் கீழ்ப்புறம் வெளிறியும் காணப்படும். கீழ் இறக்கையின் பின்பக்கத்தில் அரை வட்ட வடிவில் ஏழு அல்லது எட்டு வெள்ளைப் புள்ளிகள் காணப்படுவதை வைத்து, இந்தத் துள்ளியை சட்டென்று அடையாளம் காணலாம். மேல் இறக்கையிலும் புள்ளிகள் காணப்படும்.

நம் நாட்டின் சமவெளிப் பகுதிகளில் பரவலாகத் தென்படக் கூடியது. அதிவேகமாகப் பறக்கும் இந்தத் துள்ளி பயிர்கள், புல்வெளிகளில் அதிகம் காணப்படும். இதன் இறக்கையை விரித்தால் அதிகபட்சமே 4 செ.மீ. அகலம்தான் இருக்கும். மேல் இறக்கையையும் கீழ் இறக்கையையும் சற்றே மாறுபட்ட கோணத்தில் மடித்து வைத்து ஓய்வெடுக்கக் கூடியது.

நரந்தம் புல், தர்ப்பைப் புல், நெல், கரும்பு போன்றவற்றை இவற்றின் தோற்றுவளரிகள் உணவாகக் கொள்கின்றன. வளர்ந்த துள்ளிகள் பூக்களைத் தேடிப் பறக்கும். இறக்கைகளை மடித்து வைத்து பூந்தேனை உறிஞ்சும். தரையை ஒட்டி வேகமாகப் பறக்கும் இவற்றை, மார்ச் தொடங்கி நவம்பர் மாதம்வரை காலையிலும் மாலையிலும் அதிகம் பார்க்கலாம்.

வண்ணத்துப்பூச்சிகளின் உணர்கொம்புகளின் நுனி தடித்து இருக்கும். அதேநேரம் தாவிகள், துள்ளிகளின் உணர்கொம்புகளின் நுனி கொக்கிபோல் சிறிதளவு வளைந்திருக்கும். அத்துடன் தாவிகள், துள்ளிகளின் உடல் சிறியதாகவும் தடித்தும் இருக்கும். வண்ணத்துப்பூச்சிகளின் உடல் பெரிதாகவும் நீண்டும் இருக்கும்.

28

மஞ்சள் புல்வெளியாள்!

சில தாவரங்களின் மலர்கள் தனி அழகுடன் இருக்கும். தேனருந்த வரும் வண்ணத்துப்பூச்சி அதில் அமரும்போது, மலர் கூடுதல் அழகு பெறும். இங்குள்ள படத்தில் அப்படி அழகு பெற்றுள்ள மலர் மயில்கொன்றை. அதில் அமர்ந்திருப்பது முப்புள்ளி மஞ்சள் புல்வெளியாள் என்ற சிறிய வண்ணத்துப்பூச்சி வகை.

அதென்ன 'முப்புள்ளி' என்றொரு முன்னொட்டு? இதைப் போலவே தோற்றம் கொண்ட இரண்டு மஞ்சள் புல்வெளியாள் வண்ணத்துப்பூச்சிகள் இருப்பதே, அந்த முன்னொட்டுக்குக் காரணம். மூன்றுமே ஒன்றை ஒன்று ஒத்தது போலிருக்கும். வேறுபாட்டைப் பிரித்தறிவது சற்றே கடினம்.

நான் பார்த்த மஞ்சள் புல்வெளியாள் வண்ணத்துப்பூச்சியின் முன் இறக்கையின் வெளிப்புற உச்சியில் பழுப்பு நிறத் திட்டு இருந்தது. பருவநிலை உலர்ந்து இருக்கும்போது, இந்த பழுப்புத் திட்டை தெளிவாகக் காணலாம். களக் கையேட்டில் குறிப்பிட்டிருந்த இந்த அடையாளத்தை வைத்தே அது முப்புள்ளி வகையைச் சேர்ந்து என்று உறுதிசெய்தேன்.

முன் இறக்கைகளின் கீழ்ப்புறம் மூன்று புள்ளிகள் காணப்படுவதே இந்த புல்வெளியாள் வகையின் பெயருக்குக் காரணம். படத்தில் இடம்பெற்றுள்ள வண்ணத்துப்பூச்சி இறக்கைகளை மடித்து வைத்து இளைப்பாறுவதால் முப்புள்ளிகளைத் தெளிவாகப் பார்க்க முடியாது.

மஞ்சள் புல்வெளியாள் வகை வண்ணத்துப்பூச்சிகளில் மூன்று வகைகளைத் தமிழகத்தில் காண முடியும். படத்தில் இருப்பது ஆங்கிலத்தில் 3 Spot Grass Yellow (அறிவியல் பெயர்: *Eurema blanda*). மற்ற இரண்டு வகைகள்: 1 Spot grass yellow, Common grass yellow.

மஞ்சள் புல்வெளியாள் வகைகளில் மிகவும் சிறியது முப்புள்ளி வகை. இறக்கையை விரித்தால் 4 செ.மீ.க்கும் குறைவாகவே இருக்கும். நம் நாட்டில் சமவெளி, மலைப்பாங்கான இடங்களில் உயரம் குறைந்த பகுதிகள், சூரிய ஒளியுள்ள இடங்கள், புதர்கள், பூங்காங்களில் ஆண்டு முழுவதும் இதைக் காணலாம். தாழ்வாகவும், நடுத்தர உயரத்துக்கும் மெதுவாகப் பறக்கக்கூடியவை. புல்வெளியிலோ தாழ்வான தாவரங்களிலோ அடிக்கடி அமரும்.

புழுக்களுக்கு உணவாகும் தாவர இலைகளின் மேல் பெண் வண்ணத்துப்பூச்சி முட்டையிடக்கூடும் என்பதால், மரத்தின் மேல்மட்டத்திலும்கூட சில நேரம் பறக்கும். இதன் புழுக்களுக்கு உணவாகும் சில தாவரங்கள்: மயில்கொன்றை, கொடுக்காய்ப்புளி. நான் பார்த்தது மயில்கொன்றைத் தாவரத்தில்.

29
குளவி போன்றொரு பூச்சி

அந்திப்பூச்சிகள் பார்ப்பதற்கு வண்ணத்துப்பூச்சிகளைப் போலவே இருந்தாலும், சில பண்புகளில் மாறுபட்டவை. வண்ணத்துப்பூச்சிகள் பகலில் பறந்து உணவு தேடும் பகலாடிகள். அந்திப்பூச்சிகள் பெரும்பாலும் சூரியன் வீடு திரும்பிய பிறகே வெளியே வரும். அதனால்தான் அவற்றின் பெயரும் அந்திப்பூச்சி என்றானது.

அரிசி, தானியங்களை நீண்ட நாட்களுக்குக் காற்றுப் படாமல் வைத்துவிட்டால், அவற்றிலிருந்து உருவாகிப் பறக்கும் பூச்சிகள் அந்துப்பூச்சிகள் எனப்படுகின்றன. காற்றுப் படாமல் நீண்ட நாட்களுக்கு அடைத்து வைக்கப்படும் உடைகளில் மக்கு நாற்றம் அடிக்காமல் இருக்கவும் சிறு அந்துப்பூச்சிகள் வராமல் இருக்கவும் வைக்கப்படும் உருண்டைக்கு அந்துருண்டை என்று பெயர். ஆனால், தானியங்களில் மட்டுமில்லாமல் வெளியிலும் அந்துப்பூச்சி வகைகள் நிறைய இருக்கின்றன. எனவே, இவற்றுக்கு அந்திப்பூச்சி என்ற பெயர் இன்னும் பொருத்தமாக இருக்கும்.

படத்தில் இருப்பது ஒரு வகை அந்திப்பூச்சி. இதன் ஆங்கிலப் பெயர் Handmaiden moth. அறிவியல் பெயர் *Amata passalis*. நம் நாட்டில் பரவலாகத் தென்படக்கூடிய இதை இலங்கையிலும் காணலாம். 3.5 செ.மீ. நீளம் கொண்டது. இந்த அந்திப்பூச்சி 1781இல் கண்டறியப்பட்டுப் பெயர் சூட்டப்பட்டது. பகலிலும் இரவிலும் நடமாடும். நேராக இல்லாமல் குறுக்குமறுக்காகப் பறக்கக்கூடியது. செங்குத்தான பகுதிகளில் இறக்கைகளை விரித்துவைத்தே உட்காரும்.

இதை நேரில் கண்டபோது, இது ஒரு வகை அந்திப்பூச்சி என்று எனக்குத் தோன்றவில்லை. ஏனென்றால், வண்ணத்துப்பூச்சிகளை ஒத்த இறக்கை வடிவத்தையே அந்திப்பூச்சிகள் பொதுவாகப் பெற்றிருக்கும். இது மாறுபட்டு இருந்ததே, அப்படி நான் நினைத்ததற்குக் காரணம்.

இந்த அந்திப்பூச்சி பார்ப்பதற்குக் குளவியைப் போன்ற தோற்றத்தைக் கொண்டிருக்கிறது. எதிரிகளிடமிருந்து பாதுகாத்துக்கொள்வதற்காகவே இப்படிப்பட்ட உடல் தகவமைப்பை அது பெற்றுள்ளதாக, பிறகுதான் அறிந்தேன்.

30

பொன் வண்டா, பூச்சியா?

படத்தில் இடம்பெற்றிருக்கும் பூச்சியை சின்ன வயதில் நீங்களும் பிடித்து விளையாடி இருக்கலாம். என்னைப் போன்ற சிலர், விலங்கியல் செய்முறைத் தேர்வுக்குச் சமர்ப்பிப்பதற்காக இதுபோன்ற பூச்சிகளைப் பிடித்திருப்பார்கள்.

இந்தப் பூச்சியை பொன் வண்டு (Jewel Beetle) என்று தவறாக நினைத்திருப்போம். இது பொன் வண்டு அல்ல. இது பொன் பச்சைப் பூச்சி (Jewel Bug - Chrysocoris stolli). இரண்டுக்கும் வேறுபாடு இருக்கிறது. பெயர் குழப்பம், அடையாளக் குழப்பத்தையும் ஏற்படுத்தலாம். பூச்சிகளைப் பற்றிய விழிப்புணர்வு அதிகரிப்பது மட்டுமே, இதுபோன்ற குழப்பங்களை சிறிய அளவிலாவது களையும்.

கைபேசிப் படங்கள்

இந்தப் புத்தகத்தில் நான் கவனப்படுத்தி உள்ள பூச்சிகள் அனைத்தும் நான்கு ஆண்டு காலத்தில் கண்ணில் படும்போதெல்லாம் என்னுடைய கைபேசி ஒளிப்படக் கருவியில் பதிவுசெய்யப்பட்டவை; இந்தப் படங்கள் எதுவும் விலை உயர்ந்த கேமராவில் எடுக்கப்பட்டவை அல்ல. பொறுமையாகவும் தொந்தரவு செய்யாமலும் இருந்தால், எந்த உயிரினத்தையும் படமெடுக்கலாம்.

நான் எடுத்த படங்களில் அடையாளம் காண முடியாத காரணத்தால் பாதிக்கும் மேற்பட்ட பூச்சிகளைப் பற்றி எழுத முடியவில்லை. சில பூச்சிகளுக்கு சரியான தமிழ்ப் பெயரைக் கண்டறிவதிலும் சிக்கல்கள் இருந்தன. ஒரே பூச்சிக்கு தமிழகத்தின் ஒவ்வொரு பகுதியிலும் வெவ்வேறு பெயர் கொடுக்கப்படும் வழக்கம் இருப்பதும், இதற்கு ஒரு காரணம்.

பெருநகரப் பூச்சிகள்

இந்தப் புத்தகத்தில் பேசப்பட்டுள்ள பூச்சிகளில் 75 சதவீதம், பெருநகரின் நெருக்கடிகள் மிகுந்த சென்னை மந்தைவெளியில் எங்கள் வீட்டைச் சுற்றியுள்ள மிகக் குறைந்த பரப்பில் பதிவுசெய்யப்பட்டவை. பொதுவாகப் பூச்சிகள் நம் கவனத்தைப் பெரிதாக ஈர்ப்பதில்லை. இந்தப் புத்தகத்தில் பேசப்பட்டது போன்ற பூச்சிகள் உங்கள் வீடு, அலுவலகத்தைச் சுற்றிலும் நிச்சயமாக வசிக்கும். தாங்கள் வாழும் சூழலில் அவை முக்கிய தாக்கத்தைச் செலுத்தும்.

ஆனால், நாம் அவற்றை கவனிக்கிறோமா? பறவைகளை நோக்கும் செயல்பாடு தமிழகத்தில் தற்போது அதிகரித்துவருகிறது. அதேபோல் பூச்சிகளைப் பற்றிய விழிப்புணர்வும் பூச்சிகளைப் பற்றிய பதிவுகளும் அதிகரிக்க வேண்டும். இந்தச் செயல்பாடுகள் மூலம் பூச்சிகளைப் பற்றிய புரிதலும் அவற்றைப் பாதுகாக்கும் நடவடிக்கைகளும் மேம்படும். நாம் ஒவ்வொருவரும் நம்மைச் சுற்றியுள்ள பூச்சிகளைப் பதிவுசெய்யவும் அடையாளம் காணவும் முயற்சிக்கலாம், விழிப்புணர்வையும் பரவலாக்கலாம்.

★★★

பூவுலகில் பூச்சிகளின் முக்கியத்துவம்

பூச்சிகள் இல்லையென்றால், பூவுலகில் மனித இனம் உயிர் வாழ முடியாது. உலகில் ஒரு நபருக்கு இணையாக 140 கோடிப் பூச்சிகள் வாழ்கின்றன (தற்போதைய உலக மக்கள்தொகை 750 கோடிக்கு மேல்). பூச்சிகளின் எண்ணிக்கை அதிகமாக இருப்பதுபோல் தோன்றினாலும், உலகில் வாழும் ஒவ்வொரு பூச்சியுமே முக்கியம்தான்.

நம் தட்டுக்கு வரும் தாவர உணவில் தொடங்கி, கழிவை மட்கச் செய்வதுவரை அனைத்துக்கும் பூச்சிகளே காரணம். பூவுலகை வாழ வைப்பதில் பூச்சிகள் எப்படியெல்லாம் பங்காற்றுகின்றன?:

- தாவரங்களுக்கும் தாவரப்பொருட்களை உண்டு வாழும் உயிரினங்களுக்கும் ஆதாரமாக இருக்கும் மகரந்தச்சேர்க்கைக்கு பூச்சிகளே முதன்மைக் காரணம். தேனீக்கள், குளவிகள், வண்ணத்துப்பூச்சிகள், எறும்புகள் உள்ளிட்டவை பூக்கும் தாவரங்களில் மகரந்தச்சேர்க்கை செய்கின்றன.

- இயற்கைத் துப்புரவுப் பணியாளர்களாகச் செயல்படும் வண்டினங்கள் இறந்த உயிரினக் கழிவு, தாவரக் கழிவை உண்கின்றன. இதன்மூலம் நுண்ணூட்டச் சத்துகளை அவை மறுசுழற்சி செய்கின்றன.

- தாவர, உயிரினப் பொருட்களை மக்க வைப்பதால் தாவரங்கள் வளரத் தேவையான ஊட்டச்சத்துமிக்க மேல்மண்ணைப் பூச்சிகள் உருவாக்குகின்றன. இதன் காரணமாகத்தான் தாவரங்கள் செழித்து வளர முடிகிறது.

- அத்துடன் பூச்சிகள் இடும் கழிவாலும் மண் வளம் பெறுகிறது.

- மண்ணுக்கு அடியில் புற்று அமைப்பது - துளைகளை இடுவது போன்ற செயல்பாடுகளால் மண்ணுக்குள் காற்று உட்புக எறும்புகள், வண்டுகள் உள்ளிட்டவை உதவுகின்றன. அத்துடன் தண்ணீரும் தாவர வேர்களை எளிதாகச் சென்றடைகிறது.

- கும்பிடு பூச்சி, பொறி வண்டு (Ladybug) உள்ளிட்டவை தாவரங்கள்-தாவரப்பொருட்களை உண்டு வாழும் பூச்சிகளைக் கட்டுப்படுத்துகின்றன. களைத் தாவரங்களின் வளர்ச்சியையும் சில பூச்சிகள் கட்டுப்படுத்துகின்றன.

- நீர்நில வாழ்விகள், ஊர்வன, பறவைகள், பாலூட்டிகள் போன்ற பல வகை உயிரினங்களுக்கு பூச்சிகளே முதன்மை உணவாகத் திகழ்கின்றன. இயற்கை உணவுச் சங்கிலி, உணவு வலையில் பூச்சிகள் ஓர் முக்கிய அங்கம். பூச்சிகள் மடிந்தால், இவையெல்லாம் உருக்குலைந்துவிடும்.
- தேன், தேன்மெழுகு, அரக்கு உள்ளிட்டவற்றை பூச்சிகள் உற்பத்தி செய்கின்றன.

நூல் உருப்பெறக் காரணமானவர்கள்

இந்தத் தொடர் எழுதப்படுவதற்கு முக்கியக் காரணமாக இருந்தவர்கள் காட்டுயிர் ஆராய்ச்சியாளர் ப. ஜெகநாதனும் காட்டுயிர் எழுத்தாளர் ஏ. சண்முகானந்தமும். பல பூச்சிகளை அடையாளம் காண இருவரும் உதவினார்கள். பூச்சிகளைப் பற்றிய அறிவியல்பூர்வத் தகவல்களை அறிவதற்கும் விரிவாக எழுதுவதற்கும் கீழ்க்கண்ட களக் கையேடுகள் உதவின. பூச்சிகள், உயிரினங்களைப் பற்றி அறிய விரும்புபவர்கள் இதுபோன்ற களக் கையேடுகளை வைத்திருக்க வேண்டியது அவசியம்.

தட்டான்கள், ஊசித்தட்டான்கள் - அறிமுகக் கையேடு, ப. ஜெகநாதன், ஆர். பானுமதி, க்ரியா வெளியீடு, தொடர்புக்கு: 72999 05950

வண்ணத்துப்பூச்சிகள் - அறிமுகக் கையேடு, ஆர். பானுமதி, க்ரியா வெளியீடு

பூச்சிகள்: ஓர் அறிமுகம், ஏ. சண்முகானந்தம், வானம் வெளியீடு, தொடர்புக்கு: 91765 49991

Urban Fauna of India, Preston Ahimaz, Madras Naturalists' Society, தொடர்புக்கு: 98400 90875

Nature Rambles, Mohan V. Chunkath

150 Animals of IIT - Madras, Indian Institute of Technology, Chennai

Spiders: An Introduction, K. Vijayalakshmi, Preston Ahimaz, Cre-A

Butterflies, Sri Venkateswara College of Engineering, Sriperumbudur

★★★